ശാസ്ത്രം
നിത്യജീവിതത്തിൽ

sasthram nithyajeevithathil

•

prof. n prasannakumari amma

•

first edition
october 2018

•

typesetting
info needs, kariyam

•

published
chintha publishers, thiruvananthapuram

•

cover
v c abhilash

വിതരണം

ദേശാഭിമാനി ബുക്ക് ഹൗസ്

H O തിരുവനന്തപുരം-695 035
www.chinthapublishers.com
chinthapublishers@gmail.com

ബ്രാഞ്ചുകൾ

ഹെഡ്ഡാഫീസ് കുന്നുകുഴി • ഓവർബ്രിഡ്ജ് തിരുവനന്തപുരം • കെ എസ് ആർ ടി സി ബസ് സ്റ്റേഷൻ ആലപ്പുഴ • കെ എസ് ആർ ടി സി ബസ് സ്റ്റേഷൻ എറണാകുളം • മച്ചിങ്ങൽ ലെയ്ൻ തൃശൂർ • ഐ ജി റോഡ് കോഴിക്കോട് • കെ എസ് ആർ ടി സി ബസ് സ്റ്റേഷൻ കോഴിക്കോട് • എൻ ജി ഒ യൂണിയൻ ബിൽഡിങ് കണ്ണൂർ • സെൻട്രൽ ബസ് ടെർമിനൽ കോംപ്ലക്സ് താവക്കര കണ്ണൂർ

CO - 2678 / 4698
ISBN - 978-93-87842-59-5

ശാസ്ത്രം
നിത്യജീവിതത്തിൽ

പ്രൊഫ. എൻ പ്രസന്നകുമാരിയമ്മ

ചിന്ത പബ്ലിഷേഴ്സ്
തിരുവനന്തപുരം-695 035

പ്രൊഫ. എൻ പ്രസന്നകുമാരിയമ്മ

കൊല്ലം ജില്ലയിലെ കമുകുംചേരിയിൽ ജനനം. മാതാവ് ശ്രീമതി എം നാണിഅമ്മ, പിതാവ് ശ്രീ പി കെ നാരായണപിള്ള. രണ്ടുപേരും അദ്ധ്യാപകരായിരുന്നു. പ്രൈമറി വിദ്യാഭ്യാസം കമുകുംചേരിയിലും ഹൈസ്കൂൾ വിദ്യാഭ്യാസം പത്തനാപുരം സെന്റ് സ്റ്റീഫൻസ് ഹൈസ്കൂളിലും നടത്തി. തുടർന്ന് കൊല്ലം ശ്രീനാരായണ വിമൻസ് കോളേജിൽനിന്ന് പ്രീയൂണിവേഴ്സിറ്റിയും, പന്തളം എൻ എസ് എസ് കോളേജിൽനിന്നും രസതന്ത്രത്തിൽ ബിരുദവും നേടി. തിരുവനന്തപുരം യൂണിവേഴ്സിറ്റി കോളേജിൽ ബിരുദാനന്തര ബിരുദ പഠനം. വിവിധ ഗവൺമെന്റ് കോളേജുകളിൽ രസതന്ത്ര അദ്ധ്യാപികയായും വകുപ്പ് മേധാവി ആയും പ്രവർത്തിച്ചു. 34 വർഷത്തെ സേവനത്തിനുശേഷം 1998 ൽ തിരുവനന്തപുരം ഗവൺ മെന്റ് വിമൻസ് കോളേജിൽനിന്നും വിരമിച്ചു.

സ്വദേശി സയൻസ് മാസികയിലും *വിജ്ഞാനകൈരളി*യിലും ഏതാനും ശാസ്ത്രലേഖനങ്ങൾ പ്രസിദ്ധീകരിച്ചിട്ടുണ്ട്.

വിലാസം : 'രോഹിണി'
വീട്ടുനമ്പർ 23
രാജലക്ഷ്മി നഗർ
പട്ടം, തിരുവനന്തപുരം-4
ഫോൺ 2543616

പ്രസാധകക്കുറിപ്പ്

നമുക്കുചുറ്റും ഒട്ടേറെ പ്രതിഭാസങ്ങളുണ്ട്. ചിലതെല്ലാം തീയ്, തീജ്ജ്വാല എന്നിവപോലെ ചിരന്തനമായി നിലവിലുള്ളത്. മറ്റുപലതും താരതമ്യേന പുതുതായി ആവിർഭവിച്ചത്. ക്ലോണിങ്, ഹ്യൂമൻ ജനോം പ്രോജക്ട് മുതലായവ ഇതിൽപ്പെടും. ഇവയെപ്പറ്റി അറിയാൻ ആഗ്രഹിക്കുക മനുഷ്യസഹജമാണ്. അന്വേഷണകുതുകികളായ കുട്ടികളെ സംബന്ധിച്ചിടത്തോളം ഇത്തരം അറിവ് അവരുടെ വളർച്ചയുടെ ഭാഗമാണ്. ഇത്തരം കൗതുകകരമായ 115 കാര്യങ്ങളെക്കുറിച്ച് രസതന്ത്രം പ്രൊഫസറായിരുന്ന എൻ പ്രസന്നകുമാരി രചിച്ചതാണ് ഈ ലഘുഗ്രന്ഥം. വിദ്യാർത്ഥികളും അല്ലാത്തവരുമായ വായനക്കാർ ഈ ഗ്രന്ഥം സഹർഷം സ്വാഗതംചെയ്യുമെന്ന് ഞങ്ങൾക്കുറപ്പുണ്ട്.

ചിന്ത പബ്ലിഷേഴ്സ്

മുഖവുര

നിത്യജീവിതത്തിൽ നമുക്കുചുറ്റും കാണുന്ന വസ്തുക്കൾ പലതും എന്താണെന്നും എങ്ങനെ ഓരോന്നും സംഭവിക്കുന്നു എന്നും എന്തുകൊണ്ട് അങ്ങനെ സംഭവിക്കുന്നു എന്നും അറിയാനുള്ള ജിജ്ഞാസ മനുഷ്യസഹജമാണ്. പ്രത്യേകിച്ചും അന്വേഷണകുതുകികളായ കുട്ടികൾ ഇത്തരം ചോദ്യങ്ങളുമായി മുതിർന്നവരെ സമീപിക്കുമ്പോൾ പലപ്പോഴും ഇതിന് മതിയായ ഉത്തരം നല്കാൻ കഴിയാതെ വരുമെന്നുള്ളത് സ്വാഭാവികം മാത്രമാണ്. ഇത്തരത്തിലുള്ള ചിന്തയാണ് ഇങ്ങനെ ഒരു പുസ്തകം തയ്യാറാക്കാൻ പ്രേരണയായത്. നമുക്കു ചുറ്റും കാണുന്ന ഏതാനും സംഭവങ്ങളുടെ ശാസ്ത്രാധിഷ്ഠിതമായ വിശദീകരണം നല്കാനുള്ള എളിയ ശ്രമമാണ് ഇവിടെ നടത്തിയിട്ടുള്ളത്.

പ്രൊഫ. എൻ പ്രസന്നകുമാരി അമ്മ

1. ഹ്യൂമൻ ജെനോം പ്രോജക്ട് എന്നാൽ എന്ത്?

മനുഷ്യജീനുകളെപ്പറ്റിയുള്ള പഠനത്തിനായി അന്താരാഷ്ട്ര തലത്തിലുള്ള ഒരു പദ്ധതി ആണിത്. ജനിതക ഘടകങ്ങൾക്ക് മനുഷ്യ ശരീരത്തിലുള്ള സ്വാധീനം മനസ്സിലാക്കുന്നതിന് അവയെ ഘടനാ പരമായി വിശകലനം ചെയ്യുന്ന പഠനങ്ങൾ നടത്തുകയാണ് ഇതിന്റെ ലക്ഷ്യം. 1990 ൽ ആരംഭിച്ച ഈ പദ്ധതിയിൽ വിവിധ രാഷ്ട്രങ്ങളിൽ നിന്നുള്ള ശാസ്ത്രജ്ഞന്മാർ പങ്കെടുത്തിട്ടുണ്ട്. ജോൺ ക്രേയ്ഗ് വെന്റർ (John Craig Venter) എന്ന ശാസ്ത്രജ്ഞനാണ് ഈ പദ്ധതിയുടെ നെടും തൂണായി പ്രവർത്തിച്ചത്. മനുഷ്യശരീരകോശത്തിൽ 46 ക്രോമസോമു കളിലായി ഇരുപത്തിഅയ്യായിരത്തോളം ജീനുകൾ ഉണ്ടെന്ന് കണ ക്കാക്കിയിട്ടുണ്ട്. ഇവയുടെ ഘടന, സംവിധാനം, പ്രവർത്തനരീതി എന്നി വയെ അടിസ്ഥാനമാക്കിയുള്ള ക്രമപ്പെടുത്തൽ നടത്താൻ ഈ പദ്ധതി യിലൂടെ സാധിച്ചു. ഈ ക്രമപ്പെടുത്തലിന് മാപ്പിങ് (maping) എന്നാണ് പറയുന്നത്. മനുഷ്യജീനുകൾ മൊത്തത്തിൽ അറിയപ്പെടുന്നത് 'ജെനോം' എന്നാണ്. 1990 ൽ ആരംഭിച്ച ഈ പദ്ധതി 2003 ൽ പൂർത്തീകരിച്ചു.

മനുഷ്യജീനുകളിൽ കൂടാതെ മറ്റു ജീവികളിലും ഇത്തരം പഠനം നടത്തിയിട്ടുണ്ട്. 2010 ൽ കൃത്രിമ ജെനോം ഉപയോഗിച്ച് കോശനിർമ്മാ ണവും നടത്തി. രോഗനിർണ്ണയത്തിനും ചികിത്സയ്ക്കും പ്രയോജനപ്പെട ത്തക്കവിധത്തിലുള്ള ഗവേഷണപഠനങ്ങൾക്ക് തുടക്കം കുറിച്ച അതി ബൃഹത്തായ ഒരു പദ്ധതിയായി ഇതിനെ കണക്കാക്കാം.

2. 'ക്ലോണിങ്' എന്നാൽ എന്ത്?

ഒരു ജീവിയുടെ കോശത്തിൽനിന്നും ജനിതകഘടനയിൽ

യാതൊരു മാറ്റവുമില്ലാതെ ആ ജീവിയുടെ തന്നെ ഒരു തനിപ്പകർപ്പ് വളർത്തി എടുക്കുന്ന രീതിയാണ് ക്ലോണിങ്. വർഷങ്ങളായി ശാസ്ത്രജ്ഞർ നടത്തിവന്നിരുന്ന ശ്രമം വിജയകരമായത് 1996 ൽ 'ഡോളി' എന്ന ആട്ടിൻകുട്ടിയുടെ ജനനത്തോടെയാണ്. ക്ലോണിങ്ങിലൂടെ ജന്മമെടുത്ത ആദ്യത്തെ സസ്തനി ആണ് ഡോളി.

സ്കോട്ട്ലന്റിലെ റോസ്ലിൻ ഇൻസ്റ്റിറ്റ്യൂട്ടിലെ ശാസ്ത്രജ്ഞരായ ഇയാൻ വിൽമട് (Ian Wilmut), കീത്ത് ക്യാംപ്ബെൽ (Keith Campbell), എന്നിവരുടെ നേതൃത്വത്തിലാണ് പഠനങ്ങൾ നടന്നത്. ഒരു ചെമ്മരി ആടിന്റെ ശരീരത്തിൽനിന്നും ഒരു മുട്ട വേർതിരിച്ചെടുത്ത് അതിലെ ജനിതകഘടകങ്ങൾ വേറൊരു ആടിന്റെ അകിട്ടിൽ (udder) കടത്തിയിട്ട് അതിലേക്ക് മറ്റൊരു ആടിന്റെ ശരീരകോശത്തിൽനിന്നും പ്രത്യേകതരത്തിൽ പാകപ്പെടുത്തിയ കോശം വിക്ഷേപിച്ചു. ഒരു ചെറിയ ഇലക്ട്രിക് ഷോക്കു കൊടുത്തപ്പോൾ ഈ മുട്ട വിഭജിച്ച് ഭ്രൂണം ഉണ്ടായി. ഈ ഭ്രൂണം വേറൊരു ആടിന്റെ ഗർഭാശയത്തിൽ വിക്ഷേപിച്ചപ്പോൾ അതിശയമെന്നു പറയട്ടെ അത് സാധാരണപോലെ വളർന്നു വലുതാകാൻ തുടങ്ങി. നിരവധി തവണ (ഏകദേശം 277 പ്രാവശ്യം) ആവർത്തിച്ചു നടത്തിയ പരീക്ഷണങ്ങൾക്കുശേഷം ആണ് ഇത് വിജയകരമാക്കാൻ കഴിഞ്ഞത്. ഡോളിയുടെ വിജയത്തെത്തുടർന്ന് നിരവധി ശാസ്ത്രജ്ഞർ ഈ വഴിക്ക് തിരിയുകയും പശു, എലി തുടങ്ങി പല സസ്തനികളെയും ക്ലോണിങ്ങിലൂടെ വളർത്തി എടുക്കുകയും ചെയ്തു.

റോസ്ലിൻ ഇൻസ്റ്റിറ്റ്യൂട്ടിൽ സാധാരണപോലെ വളർന്ന ഡോളി ആറു പ്രാവശ്യം കുഞ്ഞുങ്ങൾക്ക് ജന്മം നല്കി. അഞ്ചാമത്തെ വയസ്സിൽ ആർത്രൈറ്റിസ് രോഗം ബാധിച്ചു. രോഗം ചികിത്സിച്ചുഭേദമാക്കി എങ്കിലും ആറാമത്തെ വയസ്സിൽ മരിച്ചു. ഡോളിയുടെ ജനനം ആധുനിക ശാസ്ത്രയുഗത്തിലെ ഒരു സുപ്രധാന നാഴികക്കല്ലാണ്.

3. എന്താണ് ജീൻ ചികിത്സ?

മനുഷ്യശരീരത്തിലെ ഓരോ കോശത്തിലും ഇരുപത്തിഅയ്യായിരത്തോളം ജീനുകൾ ഉണ്ടെന്നാണ് കണക്ക്. ശരീരഘടന, കണ്ണ്, ത്വക്ക്, മുടി എന്നിവയുടെ നിറം തുടങ്ങി എല്ലാ സവിശേഷതകളെയും നിയന്ത്രിക്കുന്നത് ഈ ജീനുകൾ ആണ്. ഇവ പാരമ്പര്യമായി കൈമാറ്റം ചെയ്യപ്പെടുന്നവയുമാണ്. ജീവകോശങ്ങളിലെ ക്രോമസോമുകളിൽ കാണുന്ന ഡി എൻ എ തന്മാത്രകളാണ് ജീനുകളുടെ അടിസ്ഥാനഘടകം. ഇവയുടെ ഘടനയിലുണ്ടാകുന്ന മാറ്റങ്ങൾ പല രോഗാവസ്ഥയ്ക്കും, ശാരീരികവൈകല്യങ്ങൾക്കും, ആയുർദൈർഘ്യം കുറയ്ക്കുന്നതിനും കാരണമാകുന്നതാണ്. ജനിതകരോഗങ്ങൾ എന്നറിയപ്പെടുന്ന ഈ രോഗാവസ്ഥകളെല്ലാം തന്നെ വരും തലമുറകളിലേക്കും കൈമാറ്റം ചെയ്യപ്പെടുന്നതാണ്. തന്മാത്രാതലത്തിൽ ഡി എൻ എ യിൽ വേണ്ട മാറ്റങ്ങൾ വരുത്തുകയോ കേടായ തന്മാത്രകൾക്കു പകരം പുതിയ

തന്മാത്രകൾ ഉൾപ്പെടുത്തുകയോ ചെയ്യുന്ന രീതിയാണ് ജീൻ ചികിത്സ. ആരോഗ്യ പരിപാലനരംഗത്ത് ചികിത്സിച്ചു ഭേദമാക്കാൻ അസാദ്ധ്യമെന്നു കരുതിയിരുന്ന പല രോഗങ്ങൾക്കും ഈ ആധുനിക ചികിത്സാരീതി പ്രയോജനപ്പെടുമെന്നാണ് പ്രതീക്ഷ.

4. ക്രയോതെറാപ്പി എന്നാൽ എന്ത്?

ശാസ്ത്രസാങ്കേതികരംഗത്തെ കണ്ടുപിടിത്തങ്ങൾ ആരോഗ്യപരിപാലനത്തിന് പല നൂതന മാർഗ്ഗങ്ങളും നമുക്ക് ലഭ്യമാക്കിയിട്ടുണ്ട്. രോഗനിർണ്ണയത്തിനും ഫലപ്രദമായ ചികിത്സയ്ക്കും പ്രയോജനപ്പെടുന്ന പല രീതികളും ഇന്ന് നിലവിലുണ്ട്. ഇവയിൽ വികാസം പ്രാപിച്ചുവരുന്ന ഒരു നൂതന സമ്പ്രദായം ആണ് ക്രയോതെറാപ്പി. Cryo = Cold, Therapy = Cure. ഈ വാക്കുകൾ തന്നെ ഇതിന്റെ ആശയം വിശദീകരിക്കുന്നതാണ്. താഴ്ന്ന താപനിലയിൽ നടത്തുന്ന ചികിത്സാരീതിയാണിത്. രോഗിയുടെ ശരീരത്തിനു ചുറ്റും ഉള്ള താപനില ഒരു നിശ്ചിത സമയത്തേക്ക് പൂജ്യം ഡിഗ്രിക്കു താഴെ നിർത്തുമ്പോൾ രോഗപ്രതിരോധം, അന്തഃസ്രാവസംവിധാനം (endocrine system) എന്നിവ ഉത്തേജിക്കപ്പെടുകയും തന്മൂലം വേദന മാറുകയും രോഗത്തിന് ശമനം ഉണ്ടാവുകയും ചെയ്യും. സാധാരണയായി താപനില ശരാശരി-150°Cൽ ഒന്നോ രണ്ടോ മിനിറ്റു നേരത്തേക്ക് നിലനിർത്തുകയാണ് ചെയ്യുന്നത്. രോഗാവസ്ഥയ്ക്കും ത്വക്കിന്റെ ഘടനയ്ക്കും അനുസരിച്ചാണ് താപനിലയും സമയദൈർഘ്യവും ക്ലിപ്തപ്പെടുത്തുന്നത്. താഴ്ന്ന താപനില നിലനിർത്താൻ ദ്രവീകരിച്ച നൈട്രജൻ വാതകം ആണ് ഉപയോഗിക്കുന്നത്.

രോഗനിർണ്ണയത്തിനും ചികിത്സയ്ക്കും ഉപയോഗിക്കുന്ന ഈ മാർഗ്ഗം വേദനസംഹാരിയും മുറിവുകൾ ഉണങ്ങുന്നതിനും മാനസിക സമ്മർദ്ദം കുറയ്ക്കുന്നതിനും പര്യാപ്തമാണ്. നാഡീവ്യൂഹത്തിന്റെ തകരാറുമൂലം ഉണ്ടാകുന്ന രോഗങ്ങൾക്കും ശസ്ത്രക്രിയകൾക്കും ക്രയോതെറാപ്പി ഫലപ്രദമായി ഉപയോഗിച്ചുവരുന്നു. പ്രത്യേകം സംവിധാനംചെയ്ത ക്യാബിനിൽ രോഗിയെ പ്രവേശിപ്പിച്ചശേഷം താപനില - 120 ഡിഗ്രിക്കും -180 ഡിഗ്രിക്കും ഇടയിൽ വരത്തക്കവണ്ണം നിജപ്പെടുത്തുന്നു. 30 സെക്കന്റ് കഴിഞ്ഞ് പുറത്തുകൊണ്ടുവന്ന് രോഗിയെ വിശ്രമിക്കാൻ അനുവദിക്കുന്നു. രോഗത്തിന്റെ തീവ്രതയും ത്വക്കിന്റെ ഘടനയും അനുസരിച്ച് ഈ പ്രക്രിയ പല തവണ ആവർത്തിക്കപ്പെടുന്നു. ഒരു വിദഗ്ദ്ധ ഡോക്ടറുടെ സാമീപ്യത്തിലാണ് ഇത് ചെയ്യുന്നത്.

ക്രയോതെറാപ്പി അമിതവണ്ണം നിയന്ത്രിക്കാൻ ഉപയോഗിക്കുന്നുണ്ട്. ഇതുമൂലം ശരീരത്തിലെ കൊഴുപ്പ് 21 ശതമാനം വരെ കുറയുന്നതായി കണ്ടെത്തിയിട്ടുണ്ട്. ജനനേന്ദ്രിയ സംബന്ധിയായ രോഗങ്ങൾക്കും,

കായിക പരിശീലനത്തിൽ ഏർപ്പെടുന്നവർക്കുണ്ടാകുന്ന മുറിവ്, ഉളുക്ക് എന്നിവയ്ക്കും പെട്ടെന്നുതന്നെ ശമനം തരുന്ന ചികിത്സയാണിത്. ബ്രെസ്റ്റ്, ലിവർ, കിഡ്നി എന്നീ ഭാഗങ്ങളെ ബാധിക്കുന്ന ക്യാൻസറിനുള്ള ശസ്ത്രക്രിയകളിൽ ക്രയോതെറാപ്പി ഫലപ്രദമായി ഉപയോഗിച്ചു വരുന്നു. പാർശ്വഫലങ്ങൾ കുറവായതും രോഗാവസ്ഥയിലുള്ള കോശങ്ങളെ മാത്രം നശിപ്പിക്കുന്നതും രോഗിയെ മയക്കേണ്ട ആവശ്യം ഇല്ല എന്നുള്ളതും ഇതിന്റെ പ്രത്യേകതകളാണ്. 98 ശതമാനംവരെ രോഗശമനം നല്കുന്ന ഈ ചികിത്സാരീതി സാമ്പത്തികമായി താരതമ്യേന ചെലവു കുറഞ്ഞതും ആണ്.

5. അക്യുപങ്ചർ എന്നാൽ എന്ത്?

ആരോഗ്യമേഖലയിൽ പ്രാചീനചൈനയുടെ ഏറ്റവും മഹത്തായ സംഭാവനയാണ് അക്യുപങ്ചർ. വേദന ഇല്ലാതെ മയക്കുമരുന്നിന്റെ സഹായവും കൂടാതെ ശസ്ത്രക്രിയകൾ നടത്താനും രോഗശമനത്തിനും ഉപയോഗിക്കുന്ന ഒരു ചികിത്സാരീതിയാണിത്. വളരെ നേർത്ത സൂചികൾ ശരീരത്തിൽ പ്രത്യേക ബിന്ദുക്കളിൽ കുത്തിവച്ച് ചെയ്യുന്ന ചികിത്സയാണിത്. പുരാതന കാലത്ത് ചൈനയിൽ മാത്രം പ്രചാരത്തിലായിരുന്ന ഈ ചികിത്സാരീതി ഇന്ന് ലോകമെമ്പാടും അറിയപ്പെടുന്ന ഒരു സമ്പ്രദായമായി മാറിയിട്ടുണ്ട്.

ശരീരത്തിന്റെ ഉപരിതലം ആന്തരിക അവയവങ്ങളുടെ പ്രവർത്തനത്തെ സ്വാധീനിക്കുന്നു എന്ന തത്ത്വത്തെ അടിസ്ഥാനമാക്കിയാണ് ഈ ചികിത്സാരീതി വികസിപ്പിച്ചിട്ടുള്ളത്. ശരീരത്തെ ആവരണം ചെയ്തിരിക്കുന്ന ത്വക്കിൽ വളരെയധികം അക്യുപങ്ചർ കേന്ദ്രങ്ങൾ ഉണ്ട്. ഓരോ ആന്തരിക അവയവത്തിന്റെ പ്രവർത്തനവുമായി ബന്ധപ്പെട്ട് പ്രത്യേകം പ്രത്യേകം കേന്ദ്രബിന്ദുക്കൾ ആണ് ഉള്ളത്. ഒരു അക്യുപങ്ചർ വിദഗ്ദ്ധന് ഈ ബിന്ദുക്കൾ മനസ്സിലാക്കി ചികിത്സിച്ച് പല മാറാരോഗങ്ങൾക്കും നിവാരണം കണ്ടെത്താൻ കഴിയും. രോഗശമനത്തിനായി സൂചികൾ കുത്തുന്നത് അസുഖം ബാധിച്ച ശരീരഭാഗത്തുതന്നെ ആകണമെന്നില്ല. ഉദാഹരണത്തിന് ദഹനക്കേടിനുള്ള ചികിത്സയ്ക്ക് സൂചി കുത്തിവയ്ക്കുന്നത് ദഹനേന്ദ്രിയത്തിന്റെ ഭാഗത്ത് അല്ല, മറിച്ച് പാദത്തിനടിയിലാണ്.

6. വാക്സിനേഷൻ എന്നാൽ എന്ത്?

മരുന്നിന്റെ സഹായത്തോടെ ആരോഗ്യവാനായ ഒരു വ്യക്തിയുടെ ശരീരത്തിന്റെ രോഗപ്രതിരോധശക്തി വർദ്ധിപ്പിച്ച് ഏതെങ്കിലും ഒരു പ്രത്യേക രോഗത്തെ ചെറുത്തുനില്ക്കാൻ പ്രാപ്തമാക്കുന്നതിനാണ് വാക്സിനേഷൻ എന്നു പറയുന്നത്. ഇതിനായി ഉപയോഗിക്കുന്ന മരുന്നുകൾക്ക് വാക്സിനുകൾ എന്നും പറയുന്നു. കുത്തിവയ്പിലൂടെയും അല്ലാ

തെയും വാക്സിൻ നല്കാറുണ്ട്. ഓരോ രോഗങ്ങൾക്കും പ്രത്യേകം പ്രത്യേകം വാക്സിനുകളാണ് ഉപയോഗിക്കുന്നത്. രോഗകാരണമാകുന്ന സൂക്ഷ്മാണുജീവികൾ അടങ്ങിയ നേർത്ത ലായനി ആരോഗ്യമുള്ള ശരീരത്തിൽ കടത്തിവിട്ട് സ്വമേധയാ ഉള്ള രോഗപ്രതിരോധശേഷി വർദ്ധിപ്പിക്കുകയാണ് ചെയ്യുന്നത്.

ഡിഫ്തീരിയ, വില്ലൻചുമ, ടെറ്റനസ് എന്നീ രോഗങ്ങൾക്ക് DPT എന്ന വാക്സിൻ ആണ് കുത്തിവയ്ക്കുന്നുത് (Dyphtheria, Wooping Cough or Pertusis, Tetanus). പോളിയോ വാക്സിൻ വായിൽ ഒഴിച്ചുകൊടുക്കുകയാണ് ചെയ്യുന്നത്. ടൈഫോയ്ഡ്, വസൂരി, ചിക്കൻ പോക്സ്, ക്ഷയം, മീസിൽസ്, പേപ്പട്ടിവിഷബാധ എന്നിങ്ങനെ പല രോഗങ്ങൾക്കും പ്രത്യേക വാക്സിനുകൾ ഉണ്ട്.

1798 ൽ Edward Jener വസൂരി രോഗത്തിനുള്ള വാക്സിൻ കണ്ടുപിടിച്ചതോടെ ആണ് ഈ ചികിത്സാരീതിക്ക് തുടക്കം കുറിച്ചത്. രോഗം ബാധിച്ച പശുവിന്റെ ശരീരത്തിലെ വ്രണങ്ങളിൽനിന്നും ശേഖരിച്ച ദ്രവം കുത്തിവച്ച ആളുകൾക്ക് രോഗബാധ ഉണ്ടാകുന്നില്ല എന്ന് കണ്ടെത്തി. ഇതേത്തുടർന്ന് മറ്റു പല രോഗങ്ങൾക്കും ഉള്ള വാക്സിനുകൾ നിർമ്മിക്കപ്പെട്ടു. ലാറ്റിൻ ഭാഷയിൽ 'Vaca' എന്നാൽ പശു എന്നാണർത്ഥം. ഈ വാക്കിൽനിന്നും ആണ് ഈ ചികിത്സാരീതിക്ക് വാക്സിനേഷൻ എന്ന പേരു ലഭിച്ചത്.

7. ന്യൂട്രോൺ തെറാപ്പി എന്താണ്?

ക്യാൻസറിന് ഉപയോഗിക്കുന്ന ഒരു ചികിത്സാരീതിയാണ് ന്യൂട്രോൺ തെറാപ്പി. സാധാരണയായി തലച്ചോറ്, അന്നനാളം തുടങ്ങി ശരീരത്തിൽ വളരെ ഉള്ളിൽ ഉള്ള ചികിത്സയ്ക്കാണ് ഇതുപയോഗിക്കുന്നത്. റേഡിയോ ആക്ടീവത ഇല്ലാത്തതും എന്നാൽ ന്യൂട്രോൺ രശ്മികൾ കൂട്ടിമുട്ടിക്കുമ്പോൾ കുറച്ചു സമയത്തേക്കു മാത്രം റേഡിയോ ആക്ടീവത കാണിക്കുന്നതുമായ മൂലകങ്ങൾ അടങ്ങിയ പദാർത്ഥങ്ങൾ കുത്തിവച്ചാണ് ഈ ചികിത്സ നടത്തുന്നത്.

ക്യാൻസർ കൂടാതെ മറ്റു മേഖലകളിലും ഈ ചികിത്സാരീതി പ്രയോജനപ്പെടുത്താൻ സാധിക്കുമെന്ന് പഠനങ്ങൾ സൂചിപ്പിക്കുന്നുണ്ട്. പരീക്ഷണ ഘട്ടത്തിലാണെങ്കിലും റുമറ്റോയ്ഡ് ആർത്രൈറ്റിസിന് ഒരു പ്രതിവിധിയായി തീർന്നേക്കാമെന്ന് പഠനങ്ങൾ കാണിക്കുന്നു. ശരീരത്തിലെ പ്രതിരോധ സംവിധാനം സന്ധികളെ ആവരണം ചെയ്യുന്ന സൈനോവിയൽ സ്തരത്തെ ആക്രമിക്കുമ്പോഴാണ് നീരും വേദനയും ഉണ്ടാകുന്നത്. റുമറ്റോയ്ഡ് ആർത്രൈറ്റിസ് അഥവാ സന്ധിവാതം എന്നാണ് ഈ രോഗം അറിയപ്പെടുന്നത്. ഇതിന് മരുന്നുകൾ കൊണ്ടുള്ള ചികിത്സ ഫലപ്രദമാകാതെ വരുമ്പോൾ ശസ്ത്രക്രിയ വഴി ഈ സ്തരം എടുത്തുമാറ്റുകയാണ് ചെയ്യുന്നത്. കൂടാതെ റേഡിയോ ആക്ടീവതയുള്ള

മരുന്നുകൾ സന്ധികളിൽ കുത്തിവച്ച് നടത്തുന്ന ചികിത്സയും ഉണ്ട്. ന്യൂട്രോൺ തെറാപ്പിയിൽ ബോറോൺ ധാരാളമടങ്ങിയ മരുന്ന് സന്ധിയിൽ കുത്തിവയ്ക്കുന്നു. സൈനോവിയൽ ദ്രാവകത്തിൽ കലരുന്ന ബോറോൺ സൈനോവിയൽസ്തരം ആഗിരണം ചെയ്ത് മാറ്റുന്നതിനാൽ അത് ഈ സ്തരത്തിൽ അടിഞ്ഞുകൂടുന്നു. കുറച്ചു സമയത്തേക്ക് ഈ സന്ധികളിൽ ന്യൂട്രോൺ രശ്മികൾ പതിപ്പിക്കുമ്പോൾ ഈ ബോറോൺ റേഡിയോ ആക്ടീവത ഉള്ളതായി മാറുകയും അതിൽ നിന്നും ഉള്ള വികിരണം ഈ സ്തരത്തെ നശിപ്പിക്കുകയും ചെയ്യും. ശസ്ത്രക്രിയ വഴി മാറ്റിയ ശരീരഭാഗങ്ങൾ പരീക്ഷണശാലയിൽ ജീവൻ നിലനിർത്തിക്കൊണ്ട് നടത്തിയ പഠനങ്ങൾ വിജയകരമാണെന്ന് കണ്ടെത്തിയിട്ടുണ്ട്. ഇത് യാഥാർത്ഥ്യമായാൽ ശസ്ത്രക്രിയയുടെ ബുദ്ധിമുട്ട് ഒഴിവാക്കാനും റേഡിയേഷന്റെ ദൂഷ്യഫലങ്ങൾ ഇല്ലാത്തതും എന്നാൽ ചെലവ് കുറഞ്ഞതുമായ ഒരു ചികിത്സാരീതിയായി ന്യൂട്രോൺ തെറാപ്പി അംഗീകരിക്കപ്പെടും എന്നതിന് സംശയമില്ല.

8. പാസ്ചറൈസേഷൻ എന്നാൽ എന്ത്? ഇതും സ്റ്റെറിലൈസേഷനും തമ്മിൽ എന്താണ് വ്യത്യാസം?

പാല്, ആൽക്കഹോൾ അടങ്ങിയ പാനീയങ്ങൾ എന്നിവ കേടാകാതെ സൂക്ഷിക്കുന്നതിനുള്ള ഒരു മാർഗ്ഗം ആണ് പാസ്ചറൈസേഷൻ. ഒരു നിശ്ചിത താപനിലവരെ ചൂടാക്കിയിട്ട് നിശ്ചിതസമയം അതേ താപനിലയിൽ സൂക്ഷിക്കുന്നു. ഇതുമൂലം വസ്തുവിന്റെ സ്വാഭാവികമായ ഘടന, ഗന്ധം, പോഷകമൂല്യം എന്നിവയിൽ മാറ്റം സംഭവിക്കുന്നില്ല. എന്നാൽ രോഗങ്ങൾക്കു നിദാനമാകുന്ന സൂക്ഷ്മജീവികൾ നശിച്ചു പോകുന്നു. താപനിലയും സമയവും വസ്തുവിന്റെ സ്വഭാവമനുസരിച്ച് വ്യത്യസ്തമായിരിക്കും. പാസ്ചറൈസേഷൻ മൂലം സൂക്ഷ്മാണുജീവികൾ നശിക്കുമെങ്കിലും അവയുടെ അണുബീജം (spores) ഈ താപനില അതിജീവിക്കാൻ കഴിവുള്ളതാകയാൽ നശിക്കുന്നില്ല. ഇവയെ നിർവീര്യമാക്കാൻ പാസ്ചറൈസു ചെയ്ത പാനീയങ്ങൾ റെഫ്രിജറേറ്ററിൽ സൂക്ഷിക്കേണ്ടതാണ്.

പാലിന്റെ പാസ്ചറൈസേഷൻ രണ്ടു രീതിയിൽ നടത്താറുണ്ട്. സാധാരണയായി അവലംബിക്കുന്ന രീതി HTST (High Temperature Short Time) ആണ്. 71.7°C വരെ ചൂടാക്കിയിട്ട് 15 സെക്കന്റു സമയം അതേ താപനിലയിൽ നിർത്തുന്നതാണ് ഈ രീതി. ഇതുകൂടാതെ LTH (Low Temperature Holding) എന്നൊരു രീതിയും ഉണ്ട്. 62.8°C വരെ ചൂടാക്കി 30 മിനിട്ടു സമയം ഈ താപനിലയിൽ സൂക്ഷിക്കുന്ന രീതിയാണ് ഇത്. പാലിൽ കണ്ടുവരുന്ന Coxciella Burnetti, Mycobacterium Tuberculosis എന്നീ സൂക്ഷ്മാണു ജീവികൾ ഈ താപനിലയിൽ പൂർണ്ണമായും നശിക്കുന്നതാണ്.

സ്റ്റെറിലൈസേഷൻ ഉയർന്ന താപനിലയിൽ നടത്തുന്ന പ്രക്രിയ

യാണ് തിളനിലയെക്കാൾ കൂടിയ താപനിലയിൽ നിശ്ചിതസമയം സൂക്ഷിക്കുന്നതുവഴി സൂക്ഷ്മാണുജീവികളും അവയുടെ അണുബീജവും പൂർണ്ണമായും നശിക്കുന്നു. പാൽ സ്റ്റെറിലൈസു ചെയ്യുന്നതിന് 135°C വരെ ചൂടാക്കി, അതേ താപനില കുറച്ചു സെക്കന്റ് സമയം നില നിർത്തുകയാണ് ചെയ്യുന്നത്. ഇങ്ങനെ ശുദ്ധീകരിച്ച പാൽ Commercially Sterile എന്നാണറിയപ്പെടുന്നത്. ഇത് സാധാരണ താപനിലയിൽ കൂടുതൽ സമയം കേടാകാതെ ഇരിക്കുന്നതാണ്.

9. പോളിഗ്രാഫ് ടെസ്റ്റ് എന്താണ്?

കുറ്റവാളികളെ ചോദ്യം ചെയ്യുന്നതിന്റെ ഭാഗമായി നടത്തുന്ന നുണപരിശോധനയാണ് പോളിഗ്രാഫ് ടെസ്റ്റ്. ശാരീരികവും വൈകാരികവുമായ പ്രവർത്തനങ്ങളിലുണ്ടാകുന്ന മാറ്റം ഉപകരണങ്ങളുടെ സഹായത്തോടെ കണ്ടെത്തുകയാണ് ഇവിടെ ചെയ്യുന്നത്. രക്തസമ്മർദ്ദം, ഹൃദയമിടിപ്പ്, ശ്വാസോച്ഛ്വാസഗതിക്കുള്ള മാറ്റം എന്നിവ രേഖപ്പെടുത്താനുള്ള സംവിധാനം ഈ ഉപകരണങ്ങളിൽ ഉണ്ട്. കൂടാതെ ത്വക്കിൽ ഉണ്ടാകുന്ന മാറ്റങ്ങളും (Electro Dermal Response) ഇവയിൽ രേഖപ്പെടുത്തും. ഹൃദയത്തിന്റെ പ്രവർത്തനക്ഷമത മനസ്സിലാക്കാൻ ഉപയോഗിക്കുന്ന ECG പോലെ തുടർച്ചയായി രേഖപ്പെടുത്തുന്ന ഗ്രാഫിൽനിന്നും വ്യക്തിയുടെ ശാരീരിക മാനസിക നില അപഗ്രഥിക്കാവുന്നതാണ്. നോർമൽ ഗ്രാഫുമായി താരതമ്യപ്പെടുത്തിയുള്ള പഠനമാണിത്.

1921 ൽ കാലിഫോർണിയ യൂണിവേഴ്സിറ്റിയിലെ മെഡിക്കൽ വിദ്യാർത്ഥി ആയിരുന്ന John A Lagoon ഒരു പൊലീസ് ഓഫീസറുടെ സഹായത്തോടെ വികസിപ്പിച്ചെടുത്തതാണ് ആധുനിക രീതിയിലുള്ള പോളിഗ്രാഫ്. ഒരേ സമയം തുടർച്ചയായി വിവിധ ശാരീരിക പ്രവർത്തനങ്ങളെ രേഖപ്പെടുത്തുന്നതാകയാൽ ആണ് ഇതിന് പോളിഗ്രാഫ് എന്ന് നാമകരണം ചെയ്യപ്പെട്ടത്.

10. D N A ഫിംഗർ പ്രിന്റിങ്

ഒരു വ്യക്തിയെ തിരിച്ചറിയാനുള്ള ശാസ്ത്രീയമാർഗ്ഗം ആണ് D N A ഫിംഗർ പ്രിന്റിങ്. ഓരോ വ്യക്തിയുടെയും ശരീരത്തിലെ D N A തന്മാത്രകളുടെ വിന്യാസം പ്രത്യേകതരത്തിലാണ്. ഒരിക്കലും ഒരാളുടേത് മറ്റൊരാളുടേതുപോലെ ആയിരിക്കുകയില്ല. ഇതിന് ഒരേ ഒരു അപവാദം സമാന ഇരട്ടകളുടെ കാര്യത്തിൽ മാത്രമാണ്. നമ്മുടെ ശരീരത്തിലെ D N A കളിൽ പകുതി അമ്മയിൽനിന്നും മറ്റേ പകുതി അച്ഛനിൽനിന്നും ആണ് കിട്ടുന്നത്. ഒരേ അച്ഛനമ്മമാരുടെ മക്കളിൽ പോലും D N A തന്മാത്രകളുടെ വിന്യാസം വ്യത്യസ്തമായിരിക്കും. ഈ തത്ത്വം ആസ്പദമാക്കിയാണ് D N A ഫിംഗർ പ്രിന്റിങ് വ്യക്തിയെ തിരിച്ചറിയാനുള്ള മാർഗ്ഗമായി അംഗീകരിക്കപ്പെട്ടത്. 1984 ൽ ലീസെസ്റ്റർ യൂണിവേഴ്സിറ്റി (Licester University)യിലെ Prof. Alic Jeffreys ആണ്

D N A തന്മാത്രകളെ നേരിൽ കണ്ടു മനസ്സിലാക്കാനുള്ള ഈ മാർഗ്ഗം കണ്ടുപിടിച്ചത്. അതോടുകൂടി ഫോറൻസിക് വിദഗ്ദ്ധർക്ക് കുറ്റവാളികളെ സംശയാതീതമായി തിരിച്ചറിയാനുള്ള ഒരു എളുപ്പമാർഗ്ഗം തുറന്നുകിട്ടി. മാതൃത്വം, പിതൃത്വം എന്നിവ തെളിയിക്കേണ്ട കേസുകളിലും ലൈംഗിക പീഡനകേസുകളിലും ഈ മാർഗ്ഗം പ്രയോജനപ്പെടുത്തുന്നുണ്ട്.

മനുഷ്യശരീരത്തിൽ ഓരോ വ്യക്തിക്കും തനതായ 250ഗ്രാം D N A തന്മാത്രകൾ ഉണ്ടെന്നാണ് കണക്ക്. D N A ഫിംഗർ പ്രിന്റിങ്ങിന് വളരെ കുറച്ചു ശരീരകലകൾ മാത്രമേ ആവശ്യമുള്ളൂ, ഒരു മൈക്രോഗ്രാമിൽ താഴെ മാത്രം. ഇത് ശരീരദ്രാവകമോ തലമുടിയോ എന്തും ആകാം. DNA തന്മാത്രകളെ വേർതിരിച്ചെടുത്ത് അതിനെ പ്രത്യേക എൻസൈമുകളുടെ സഹായത്താൽ വിഘടനം നടത്തുന്നു. ഒരു കോശത്തിൽ പ്രവേശിക്കുന്ന വൈറസുകളെ വിഘടനം ചെയ്ത് നിർവീര്യമാക്കാനുള്ള കഴിവ് ഈ എൻസൈമുകൾക്കുണ്ട്. അക്കാരണത്താൽ ഇവയെ Restriction Enzymes എന്നു പറയപ്പെടുന്നു. ഇവ Endonucleases എന്നും അറിയപ്പെടുന്നുണ്ട്. ഓരോ എൻസൈമുകളും D N A യുടെ പ്രത്യേക ഭാഗങ്ങളിൽ മാത്രമേ പ്രവർത്തിക്കുകയുള്ളൂ. തന്മൂലം ഉണ്ടാകുന്ന ഘടകവസ്തുക്കളും വ്യത്യസ്തമായിരിക്കും. ഈ ഘടകവസ്തുക്കളെ ഒരു അഗറോസ് ജെല്ലിൽ (Agarose gel) ശേഖരിച്ച് ഇലക്ട്രോഫോറസിനു വിധേയമാക്കുമ്പോൾ നീളവ്യത്യാസം അനുസരിച്ച് പ്രത്യേക ബാൻഡുകളായി വേർതിരിക്കപ്പെടുന്നു. ഓരോ വ്യക്തിയുടെയും D N A യിൽനിന്നും കിട്ടുന്ന ഘടകങ്ങൾ വ്യത്യസ്ത നീളത്തിൽ ആയതിനാൽ ഈ ബാൻഡ് കുറ്റവാളിയുടേതുമായി താരതമ്യപ്പെടുത്തി വ്യക്തിയെ തിരിച്ചറിയാവുന്നതാണ്.

11. സെനോബയോട്ടിക്കുകൾ (Xenobiotics) എന്താണ്?

ഭക്ഷണം, മരുന്ന്, കീടനാശിനി, അന്തരീക്ഷവായു എന്നിവയിൽ നിന്നും പല അന്യവസ്തുക്കളും നമ്മുടെ ശരീരത്തിൽ കടന്നുകൂടുന്നുണ്ട്. ഇവ ഒന്നും തന്നെ ശരീരത്തിനാവശ്യമായ ഊർജ്ജം നല്കുകയോ മറ്റു ശാരീരിക പ്രവർത്തനങ്ങളിൽ സഹായിക്കുകയോ ചെയ്യുന്നില്ല. മറിച്ച് ശരീരകലകളുടെ പ്രവർത്തനങ്ങളിൽ ദോഷകരമായി ഇടപെടുകയോ പലവിധ രോഗങ്ങൾക്കു കാരണമാവുകയോ ചെയ്യും. ഇത്തരം പദാർത്ഥങ്ങൾ സെനോബയോട്ടിക്കുകൾ (Xenobiotics) എന്നാണറിയപ്പെടുന്നത്. ഗ്രീക്കുഭാഷയിൽ Xeno എന്നാൽ 'വിദേശി'/അപരിചിതൻ എന്നും bio എന്നാൽ ജീവനെ സംബന്ധിക്കുന്നത് എന്നും ആണ് അർത്ഥം. ജീവിതപ്രക്രിയകളിൽ ഇടപെടുന്ന അപരിചിതൻ എന്നു മനസ്സിലാക്കാം. ഈ പദാർത്ഥങ്ങൾ ഒന്നുംതന്നെ ശരീരത്തിൽ സ്വയം നിർമ്മിക്കപ്പെടുന്നവയല്ല. ഭക്ഷണത്തിൽ കൂടിയോ അന്തരീക്ഷവായുവിൽ നിന്നും ശ്വസനം വഴിയോ ത്വക്കിൽ കൂടിയുള്ള ആഗിരണം വഴിയോ ഉള്ളിൽ കടക്കുന്നവയാണ്. ഈ അന്യവസ്തുക്കളെ ചെറുത്തു നില്ക്കാ

നുള്ള സംവിധാനം മനുഷ്യശരീരത്തിന് സ്വമേധയാ ഉണ്ട്. ഇതിന് 'ഡീടോക്സിക്കേഷൻ' എന്നാണ് പറയുന്നത്. ഉള്ളിൽ കടക്കുന്ന വിഷാംശത്തെ നിർവീര്യമാക്കുകയോ പുറംതള്ളാൻ സഹായിക്കുകയോ ചെയ്യുന്ന പ്രവർത്തനം നടക്കുന്നത് പ്രധാനമായും കരളിന്റെ മെറ്റബോളിസം വഴിയാണ്. ആമാശയം, ചെറുകുടൽ, വൻകുടൽ, ശ്വാസകോശം, ത്വക്ക് എന്നിവയും സെനോബയോട്ടിക്കുകളുടെ മെറ്റബോളിസത്തിൽ പങ്കുവഹിക്കുന്നുണ്ട്. ഈ ഡീറ്റോക്സിക്കേഷൻ പ്രവർത്തനങ്ങളുടെ ഫലമായി ഉണ്ടാകുന്ന രാസവസ്തുക്കൾ ഉമിനീർ, ഉച്ഛ്വാസ വായു, വിയർപ്പ് എന്നിവയിലും മറ്റു ശരീരദ്രാവകങ്ങളിലും എത്തിച്ചേരുന്നു. കരളിലെ പ്രവർത്തനങ്ങളുടെ ഫലമായി ഉണ്ടാകുന്ന വസ്തുക്കൾ പിത്തരസം വഴി മലത്തിൽകൂടിയും വൃക്കകൾ വഴി മൂത്രത്തിൽകൂടിയും പുറംതള്ളപ്പെടുന്നു. ശരീരകലകളിൽ അടിഞ്ഞുകൂടുന്നവ പലപ്പോഴും കൂടുതൽ പ്രവർത്തനക്ഷമമാവുകയും പല അസ്വസ്ഥതകൾക്കും ക്യാൻസർ തുടങ്ങിയ രോഗങ്ങൾക്കും കാരണമായിത്തീരുകയോ ചെയ്യുന്നതാണ്.

12. തീ (Fire) എന്താണ്? ചില വസ്തുക്കൾ പെട്ടെന്ന് നല്ല ജ്വാലയോടുകൂടി കത്തുന്നു. എന്താണ് ഇതിനു കാരണം?

ഇന്ധനവും അന്തരീക്ഷത്തിലെ ഓക്സിജനും തമ്മിൽ നടക്കുന്ന ഒരു രാസപ്രവർത്തനം ആണ് ജ്വലനം. ഉയർന്ന താപനിലയിൽ നടക്കുന്ന ഈ രാസപ്രക്രിയ സ്വമേധയാ നടക്കുന്നതും ധാരാളം വാതകങ്ങളും ഖരരൂപത്തിലുള്ള വസ്തുക്കളും ഉല്പാദിപ്പിക്കുന്നതുമാണ്. കൂടാതെ താപം, പ്രകാശം എന്നീ രൂപത്തിൽ ധാരാളം ഊർജ്ജവും പുറംതള്ളുന്നു. രാസപ്രവർത്തനം നടക്കുന്ന ഭാഗമാണ് തീജ്വാലയായി കാണുന്നത്. ഇന്ധനം ദ്രാവകമാണെങ്കിൽ ബാഷ്പീകരണം മൂലവും, ഖരാവസ്ഥയിലാണെങ്കിൽ താപവിഘടനം മൂലവും വാതകാവസ്ഥയിലായിട്ടാണ് ജ്വലനം നടക്കുന്നത്.

തീജ്വാലയിൽ ഉയർന്ന താപനിലയിലുള്ള കണങ്ങൾ അടങ്ങിയിരിക്കും. ഈ കണങ്ങളിലെ ഇലക്ട്രോണുകൾ ഉയർന്ന ഊർജ്ജനിലയിൽ നിന്നും താഴ്ന്ന ഊർജ്ജനിലയിലേക്ക് വരുമ്പോൾ നിശ്ചിത അളവിൽ ഊർജ്ജം പുറത്തേക്കു വിടും. ഇത് $E=h\upsilon$ എന്ന സമവാക്യം അനുസരിച്ചായിരിക്കും. ഈ ഊർജ്ജമാണ് പ്രകാശമായി കാണുന്നത്. തീജ്വാലയുടെ നിറം ഈ ഊർജ്ജത്തിന്റെ അളവനുസരിച്ച് വ്യത്യാസപ്പെടുന്നതാണ്.

13. വിറകു കത്തിക്കുമ്പോൾ വലിയകഷണങ്ങളെ അപേക്ഷിച്ച് ചെറിയ വിറകുകമ്പുകളിൽ തീ പെട്ടെന്ന് ആളിക്കത്തുന്നു. കാരണം എന്ത്?

ഓരോ വസ്തുവും കത്തുന്നതിന് ഒരു നിശ്ചിത താപനിലവരെ

ചൂടാക്കേണ്ടതുണ്ട്. തീപിടിക്കുന്നതിന് ആവശ്യമായ ഏറ്റവും കുറഞ്ഞ താപനിലയ്ക്ക് ജ്വലന താപനില (Iginition temperature) എന്നാണ് പറയുന്നത്. ഒരു വസ്തുവിന്റെ രാസഘടന അനുസരിച്ച് ഈ താപനിലയ്ക്ക് വ്യത്യാസം വരുന്നതാണ്. ചെറിയ കമ്പ് തീ കത്തിക്കുമ്പോൾ വലിയ തീജ്വാലയിൽ നിന്നും താപം സ്വീകരിച്ച് പെട്ടെന്ന് ജ്വലന താപനിലയിൽ എത്തുന്നു. എന്നാൽ വലിയ കഷണം തടി ജ്വലന താപനിലയിൽ എത്തുന്നത് സാവധാനത്തിലായിരിക്കും. കൂടാതെ ചാലനം (conduction) മൂലം മറ്റുഭാഗങ്ങളിലേക്കും പുറത്തേക്കും താപം നഷ്ടമാകുന്നതിനാൽ ജ്വലനതാപനിലയിൽ എത്താൻ താമസമുണ്ടാകുന്നു. അതുകൊണ്ട് പെട്ടെന്ന് തീ ആളിക്കത്തുന്നില്ല.

14. തീജ്വാല മുകളിലേക്ക് പോകുന്നതെന്തുകൊണ്ട്?

തീജ്വാലയുടെ ഏറ്റവും അടുത്തുള്ള വായു ചൂടുപിടിച്ച് മേല്പോട്ടുയരുന്നതിനാൽ ജ്വാലയുടെ സമീപം കുറഞ്ഞ മർദ്ദം ഉണ്ടാകുന്നു. തൽസ്ഥാനത്തേക്ക് വശങ്ങളിൽനിന്നും അടിയിൽനിന്നും തണുത്ത വായു പ്രവേശിക്കുന്നു. ഈ വായുവിലെ ഓക്സിജൻ ഇന്ധനം കത്താൻ സഹായിക്കുന്നതാകയാൽ ചുറ്റുമുള്ള വായു കൂടുതൽ ചൂടാവുകയും കൂടുതൽ വേഗത്തിൽ മേല്പ്പോട്ടുയരുകയും ചെയ്യും. സ്വയമേ കത്തുന്ന മെഴുകുതിരി, മറ്റുതിരികൾ എന്നിവയ്ക്കാണ് ജ്വാല ഇങ്ങനെ മുകളിലേക്ക് പോകുന്നത്. വെൽഡിങ്ങിനുപയോഗിക്കുന്ന ലൈറ്റും അതുപോലെ ബലം ഉപയോഗിച്ച് ഇന്ധനം കത്തിക്കുമ്പോഴും നിശ്ചിതദിശയിൽ തന്നെ തീജ്വാല നില്ക്കുന്നതാണ്.

15. മെഴുകുതിരി കത്തുമ്പോൾ ഉണ്ടാകുന്ന തീജ്വാലയുടെ ഉൾവശം ഇരുണ്ട നിറത്തിൽ കാണുന്നതെന്തുകൊണ്ട്?

മെഴുകുതിരി നിർമ്മാണത്തിനുപയോഗിക്കുന്ന പാരഫിൻ മെഴുക് ഒരു ഹൈഡ്രോകാർബൺ ആണ്. തീ കത്തിക്കുമ്പോൾ ഈ ഹൈഡ്രോകാർബൺ അന്തരീക്ഷവായുവുമായി ചേർന്ന് ഒരു രാസപ്രവർത്തനത്തിലൂടെ കത്തുന്നതാണ് ജ്വാലയായി കാണുന്നത്. ഇന്ധനവാതകം-വായുമിശ്രിതത്തിന്റെ അനുപാതം വ്യത്യാസപ്പെടുന്നതനുസരിച്ച് തീജ്വാല നീല കലർന്ന വയലറ്റ്, മഞ്ഞ എന്നീ നിറങ്ങളിൽ കാണുന്നു. തിരിയുടെ വളരെ അടുത്തഭാഗത്ത് ഇന്ധനം കൂടുതലും വായുകുറവും ആയതിനാൽ ഓക്സിജന്റെ അഭാവത്തിൽ മിശ്രിതം കത്തുന്നില്ല. അതിനാൽ ആ ഭാഗം ഇരുണ്ടതായിരിക്കും. ഇതിനു പുറമെയുള്ള മിശ്രിതത്തിന് കൂടുതൽ വായു ലഭിക്കുന്നതിനാൽ തീകത്താൻ മതിയായ അനുപാതത്തിൽ ഓക്സിജനുമായി ചേർന്നുള്ള രാസപ്രവർത്തനം നടക്കുന്നു. ഇതുമൂലം ഉണ്ടാകുന്ന -CH റാഡിക്കലുകൾ തീജ്വാലയ്ക്ക്

നീലകലർന്ന വയലറ്റുനിറം കൊടുക്കുന്നു. ജ്വാലയുടെ ഏറ്റവും പുറമെയുള്ള ഭാഗത്ത് നേർത്ത കാർബൺ തരികൾ ധാരാളം അടങ്ങിയിരിക്കുന്നതിനാൽ മഞ്ഞനിറത്തിൽ കാണുന്നു.

16. ജലം എങ്ങനെയാണ് തീ അണയ്ക്കുന്നത്?

തീ ഉണ്ടാകുന്നതിന് അവശ്യം വേണ്ട മൂന്നു ഘടകങ്ങൾ ഇന്ധനം, ഓക്സിജൻ, താപനില എന്നിവയാണ്. ഇന്ധനവും ഓക്സിജനും ഉണ്ടെങ്കിലും ഒരു നിർദ്ദിഷ്ട താപനിലയിൽ എത്തിയാൽമാത്രമേ ഓരോ വസ്തുവും കത്തുകയുള്ളൂ. കത്തുന്ന തീയ്ക്കു മുകളിൽ ജലം തിളയ്ക്കുമ്പോൾ കുറച്ചു താപം ജലം നീരാവിയായി മാറുന്നതിന് ആഗിരണം ചെയ്യപ്പെടുന്നു. തന്മൂലം താപനില കുറയുന്നതിനാൽ തീ അണഞ്ഞു പോകുന്നു. കൂടുതൽ ജലം തീയുടെ മുകളിലേക്ക് ഒഴിക്കുമ്പോൾ ഓക്സിജനുമായുള്ള സമ്പർക്കം നഷ്ടപ്പെടുന്നതും തീ അണയാൻ കാരണമാകും.

ഒരു കാര്യം പ്രത്യേകം ശ്രദ്ധിക്കേണ്ടതാണ്. മണ്ണെണ്ണ, പെട്രോൾ, വൈദ്യുതി എന്നിവമൂലം ഉണ്ടാകുന്ന അഗ്നിബാധയ്ക്ക് ജലം പരിഹാരമാവുകയില്ല.

17. അഗ്നിശമനത്തിനുപയോഗിക്കുന്ന രാസവസ്തുക്കൾ ഏതെല്ലാം? ഇവയുടെ പ്രവർത്തനം എങ്ങനെ?

വിവിധതരത്തിലുള്ള അഗ്നിശമന ഉപാധികൾ ഇന്ന് ഉപയോഗത്തിലുണ്ട്. ചെറിയ തോതിലുള്ള തീപിടിത്തങ്ങൾക്ക് കൈകൊണ്ടു പ്രവർത്തിപ്പിക്കാവുന്ന അഗ്നിശമനികളാണ് സൗകര്യപ്രദം. ഇവയിൽ ഉയർന്ന മർദ്ദത്തിൽ നിറച്ചിട്ടുള്ള നൈട്രജൻ, കാർബൺഡൈഓക്സൈഡ് എന്നീ വാതകങ്ങൾ തീജ്വാലയുടെ നേർക്ക് വിടുകയാണ് ചെയ്യുന്നത്. ഓക്സിജനുമായുള്ള സമ്പർക്കം ഇല്ലാതെ വരുന്നതിനാൽ തീ അണഞ്ഞുപോകുന്നു. ഈ വാതകങ്ങൾ ആവശ്യമുള്ളപ്പോൾ മാത്രം നിർമ്മിക്കപ്പെടത്തക്ക രീതിയിലോ അല്ലെങ്കിൽ വാതകമായിത്തന്നെയോ അഗ്നിശമനികളിൽ സൂക്ഷിക്കാവുന്നതാണ്. ഉദാഹരണത്തിന് പൊടിരൂപത്തിലുള്ള പൊട്ടാസ്യം ബൈ കാർബണേറ്റും ജലവും തമ്മിൽ പ്രതിപ്രവർത്തിച്ച് ആവശ്യമുള്ളപ്പോൾ മാത്രം കാർബൺ ഡൈ ഓക്സൈഡ് നിർമ്മിക്കത്തക്കവിധത്തിൽ പ്രവർത്തിക്കുന്ന അഗ്നശമനികൾ ഉണ്ട്.

മേല്പറഞ്ഞവ കൂടാതെ വേഗം വാതകാവസ്ഥയിലാകുന്ന ഫ്‌ളൂറോകാർബണുകളും അഗ്നിശമനത്തിനുപയോഗിക്കുന്നുണ്ട്. ബ്രോമോക്ലോറോഡൈഫ്‌ളൂറോമീഥേൻ (CF_2ClBr) ഇങ്ങനെ ഉപയോഗിക്കുന്ന ഒരു രാസവസ്തുവാണ്. ഇത് ഹാലോൺ-1211 (Halon-1211) എന്നാണറിയപ്പെടുന്നത്. ഇതിന്റെ ഉപയോഗംമൂലം പുറംതള്ളപ്പെടുന്ന ബ്രോമിൻ,

ക്ലോറിൻ എന്നീ വാതകങ്ങൾ അന്തരീക്ഷത്തിലെ ഓസോൺ പാളികളിൽ വിള്ളലുണ്ടാക്കാൻ പര്യാപ്തമായവയാണ്. അതിനാൽ ഇത്തരം വസ്തുക്കളുടെ ഉപയോഗം നിരോധിച്ചിരിക്കുകയാണ്. വലിയ കെട്ടിട സമുച്ചയങ്ങളിൽ കെട്ടിടം നിർമ്മിക്കുമ്പോൾതന്നെ അഗ്നിശമന സംവിധാനവും ഉണ്ടാക്കാറുണ്ട്. വെള്ളം പമ്പുചെയ്ത് തീ അണയ്ക്കുന്ന രീതിയാണ് ഏറ്റവും ലാഭകരവും അന്തരീക്ഷമലിനീകരണം ഒഴിവാക്കുന്നതും. പക്ഷേ, വെള്ളം ഉപയോഗിക്കാൻ പറ്റാത്ത ഇടങ്ങളിൽ മറ്റു രാസവസ്തുക്കൾ ഉപയോഗിച്ചേ മതിയാകൂ. കാർബൺ ഡൈ ഓക്സൈഡിന്റെ ഉപയോഗം ആളുകൾ തിങ്ങിക്കൂടുന്ന സ്ഥലങ്ങളിൽ അപകടകരമാണ്. ഈ വാതകം കൂടുതലായി ശ്വസിക്കാൻ ഇടയായാൽ മാരകമായ ഭവിഷ്യത്തുകൾ ഉണ്ടാകുന്നതാണ്.

ഹാലോൺ സംയുക്തങ്ങൾക്കു പകരമായി ഉപയോഗിക്കാവുന്ന ഹൈ ഡ്രോഫ്ളൂറോ കാർബണുകൾ നിർമ്മിക്കപ്പെടുന്നുണ്ട്. ബ്രോമിനും ക്ലോറിനും അടങ്ങിയിട്ടില്ലാത്തതിനാൽ ഇവ അന്തരീക്ഷത്തിന് ദോഷകരമല്ല. പക്ഷേ, ഇവയുടെ പ്രവർത്തനക്ഷമത കുറവാണ്. CHF_3, C_2HF_5, C_3HF_7 എന്നീ ഹൈഡ്രോഫ്ളൂറോ കാർബണുകൾ വിവിധ കമ്പനികൾ നിർമ്മിക്കുന്നുണ്ട്. ഹാലോണുകൾക്കു പകരം കൂടുതൽ സുരക്ഷിതമായ വസ്തുക്കൾ കണ്ടെത്താനുള്ള പഠനങ്ങൾ നടന്നു വരുന്നുണ്ട്. സാധാരണ ഉപയോഗത്തിലുള്ള ജലം നൈട്രജൻ, കാർബൺ ഡൈ ഓക്സൈഡ് എന്നിവ ഉപയോഗിച്ച് കൂടുതൽ ഫലപ്രദമായ സംവിധാനങ്ങൾ ഉണ്ടാക്കാനുള്ള ശ്രമവും നടക്കുന്നുണ്ട്. കൂടാതെ നിഷ്ക്രിയ വാതകങ്ങളുടെ മിശ്രിതങ്ങൾ അഗ്നിശമനത്തിനുപയോഗിക്കാമെന്നും കണ്ടെത്തിയിട്ടുണ്ട്. മെഴുകുതിരി ഊതി കെടുത്തുന്നതുപോലെ അനായാസമായി ഇവ പ്രവർത്തിക്കുന്നതാണ്.

18. തീ കത്തുമ്പോൾ ഉണ്ടാകുന്ന പുക പെട്ടെന്നു തന്നെ അപ്രത്യക്ഷമാകുന്നതെങ്ങനെ?

ഒരു വസ്തു കത്തുമ്പോൾ ഉണ്ടാകുന്ന പുകയിൽ ചാരവും ജലകണങ്ങളും അടങ്ങിയിരിക്കും. വിറകു കത്തുമ്പോൾ തടിയുടെ കോശങ്ങളിൽ അടങ്ങിയിട്ടുള്ള കത്താത്ത ഘടകവസ്തുക്കളാണ് ചാരമായി അവശേഷിക്കുന്നത്. മുകളിലേക്ക് ഉയരുന്ന പുകയിൽ അതിസൂക്ഷ്മങ്ങളായ ജലകണങ്ങളും ചാരവും അടങ്ങിയിരിക്കും. തീ കത്തുമ്പോൾ ഉണ്ടാകുന്ന ചൂടുമൂലം മുകളിലേക്കുണ്ടാകുന്ന വായു പ്രവാഹത്തോടൊപ്പം പുകയും മുകളിലേക്ക് ഉയരുന്നു. ജലകണങ്ങൾ ബാഷ്പീകരിച്ച് നീരാവിയായി മാറുകയും ചാരം അന്തരീക്ഷവായുവിൽ വ്യാപിക്കുകയും ചെയ്യുന്നതിനാലാണ് പുക പെട്ടെന്നുതന്നെ അപ്രത്യക്ഷമാകുന്നത്.

19. തീപ്പെട്ടി ഉരയ്ക്കുമ്പോൾ തീ ഉണ്ടാകുന്നതെങ്ങനെ?

തീപ്പെട്ടിയുടെ വശത്തുള്ള പരുപരുത്ത ഭാഗത്ത് മണൽ, ഗ്ലാസ് പൊടിച്ചത്, ചുവന്ന ഫോസ്ഫറസ് ഇവ ചേർന്നുള്ള മിശ്രിതവും, തീപ്പെട്ടിക്കോലിന്റെ അഗ്രഭാഗത്ത് ഗന്ധകം, ഗ്ലാസ് പൊടിച്ചത്, ഒരു ഓക്സീകാരകം എന്നിവയുടെ മിശ്രിതവും ആണ്. ഇവ തമ്മിൽ ഉരസുമ്പോൾ ഉണ്ടാകുന്ന രാസപ്രവർത്തനം മൂലം ആണ് തീ ഉണ്ടാകുന്നത്. ഗ്ലാസ് തരികൾ കൂട്ടിഉരസുമ്പോൾ ഉണ്ടാകുന്ന ചൂട് ചുവന്ന ഫോസ്ഫറസിനെ മഞ്ഞഫോസ്ഫറസ് ആക്കി മാറ്റുന്നു. ഇത് അന്തരീക്ഷവായുവുമായുള്ള സമ്പർക്കത്തിൽ സ്വയം കത്തി ഉണ്ടാകുന്ന ചൂടുകൊണ്ട് ഓക്സീകാരകം രാസപ്രവർത്തനംമൂലം ഓക്സിജൻ വാതകം ഉണ്ടാക്കുന്നു. ഈ ഓക്സിജനിൽ ഗന്ധകം കത്തുന്നതുമൂലമാണ് തീ ഉണ്ടാകുന്നത്.

20. കൊതുകുതിരിയിൽ അടങ്ങിയിട്ടുള്ള രാസവസ്തുക്കൾ എന്തെല്ലാം? ഇവ മനുഷ്യന് ഹാനികരമാണോ?

കൊതുകുതിരിയിൽ അടങ്ങിയിട്ടുള്ള പ്രവർത്തനക്ഷമമായ പ്രധാനഘടകവസ്തു ഡി-ട്രാൻസ് അല്ലെത്രീൻ (d-trans Allethrin) ആണ്. ഇതുകൂടാതെ സ്റ്റബിലൈസറായി പിപ്പറോണിൻ ബ്യൂട്ടോക്സൈഡ്, ചായം, സുഗന്ധവസ്തു, ലായകമായി ഐസോപ്രൊപ്പൈൽ മിറിസ്റ്റേറ്റ് അല്ലെങ്കിൽ ബ്യൂടൈൽ സ്റ്റിയറേറ്റ് കൂടാതെ പേപ്പർ പോലെയുള്ള ഏതെങ്കിലും ഒരു നിഷ്ക്രിയ വസ്തു എന്നിവയും അടങ്ങിയിട്ടുണ്ട്.

കൊതുകുതിരി കത്തുമ്പോൾ ഉണ്ടാകുന്ന പുകയിൽ അടങ്ങിയിരിക്കുന്ന അല്ലത്രീൻ കൊതുകുകളുടെ ദഹനേന്ദ്രിയത്തേയും ശ്വാസനാളിയേയും പ്രവർത്തനരഹിതമാക്കുകയും ക്രമേണ കൊല്ലുകയും ചെയ്യുന്നു. കൊതുകുകളെ നിയന്ത്രിക്കാൻ പര്യാപ്തമാണെങ്കിലും ഇവയുടെ തുടർച്ചയായ ഉപയോഗം മനുഷ്യരിൽ അലർജിക്കു കാരണമാകാമെന്ന് പഠനങ്ങൾ തെളിയിച്ചിട്ടുണ്ട്. കണ്ണ്, മൂക്ക്, തൊണ്ട, ത്വക്ക് എന്നീ ഭാഗങ്ങളിൽ അസ്വസ്ഥത തോന്നുകയും ശ്വാസകോശ സംബന്ധമായ രോഗങ്ങൾക്ക് കാരണമാകുകയും ചെയ്യും. ആസ്ത്മ, ശ്വാസകോശ ക്യാൻസർ എന്നിവയ്ക്ക് കാരണമാകുന്നതു കൂടാതെ തലച്ചോറ്, വൃക്കകൾ, നാഡീവ്യൂഹം എന്നിവയുടെ പ്രവർത്തനത്തെയും ദോഷകരമായി ബാധിക്കുന്നതാണ്. ഉള്ളിൽ കഴിക്കാനിടയായാൽ ഛർദ്ദിച്ചുകളയുകയും ത്വക്കിൽ പുരളാനിടയായാൽ സോപ്പും വെള്ളവും ഉപയോഗിച്ച് നല്ലവണ്ണം കഴുകുകയും കണ്ണിലാണെങ്കിൽ ധാരാളം വെള്ളം ഉപയോഗിച്ച് കഴുകുകയും ചെയ്യേണ്ടതാണ്.

അമിതമായ ഉപയോഗം വായുമലിനീകരണത്തിനും കാരണമാകുന്നതിനാൽ ഇത്തരം രാസവസ്തുക്കൾ ഉപയോഗിക്കുന്നതിനേക്കാൾ അഭികാമ്യം അവയുടെ പ്രജനനം നിയന്ത്രിക്കുകയോ പരിസ്ഥിതി

സൗഹൃദ കൊതുകുനിവാരണികൾ ഉപയോഗിക്കുകയോ ചെയ്യുന്ന താണ്. മലേറിയ ചികിത്സയ്ക്ക് ഉപയോഗിക്കു ഔഷധസസ്യമാണ് സിങ്കോണ. സിങ്കോണ ഇലകളുടെ നീര് കൊതുകു ലാർവകളെ നശിപ്പിക്കാൻ പര്യാപ്തമാണെന്ന് കണ്ടെത്തിയിട്ടുണ്ട്.

21. കീടനാശിനികളായി രാസപദാർത്ഥങ്ങൾ ധാരാളമായി ഉപയോഗിക്കാറുണ്ടല്ലോ. ഇവ ചെടികൾ ആഗിരണം ചെയ്യു ന്നതുമൂലം ഇവയിൽനിന്നുള്ള പഴങ്ങളും പച്ചക്കറികളും ഭക്ഷിക്കുന്നത് ദോഷകരമല്ലേ?

കീടനാശിനികളായി ഉപയോഗിക്കുന്ന രാസവസ്തുക്കളാണ് ഓർഗാനോ ഫോസ്ഫറസ് സംയുക്തങ്ങൾ. ഇവ രണ്ടുതരത്തിലു ള്ളവയാണ്-ഫോസ്ഫറസ് ആസിഡിന്റെ ലവണങ്ങളും ആൽക്കൈൽ ഫോസ്ഫീൻ ലവണങ്ങളും. ഇവയിൽ ഫോസ്ഫറസ് ആസിഡിന്റെ ലവണങ്ങൾ ദോഷകരമല്ലാത്തവയാണ്. എന്നാൽ ആൽക്കൈൽ ഫോസ്ഫീനുകൾ വിഷവസ്തുക്കളാണ്.

ഏറ്റവും അനുയോജ്യമായ ഒരു കീടനാശിനി, കീടാണുക്കളെ വേഗം നശിപ്പിക്കുന്നതും എന്നാൽ അതിന്റെ പ്രവർത്തനംമൂലം ഉണ്ടാകുന്ന ഘടകവസ്തുക്കൾ മനുഷ്യരുടേയും മറ്റു ജീവജാലങ്ങ ളുടേയും ആരോഗ്യത്തിന് ഹാനികരമല്ലാത്തവയും ആയിരിക്കണം. D D T പോലെ ക്ലോറിൻ അടങ്ങിയ കീടനാശിനികൾ അത്തരത്തിലുള്ളവ അല്ലാത്തതിനാൽ ആണ് അവയുടെ ഉപയോഗം നിരോധിച്ചിരിക്കുന്നത്. ഇവയുടെ സ്ഥാനത്ത് മാലത്തിയോൺ, പാരത്തിയോൺ തുടങ്ങിയ ഓർഗാനോ ഫോസ്ഫറസ് സംയുക്തങ്ങളാണ് ഇപ്പോൾ ഉപയോഗിച്ചുവ രുന്നത്. ഇവയുടെ തുടർച്ചയായ ഉപയോഗം പഴങ്ങളിലും പച്ചക്കറിക ളിലും ഈ രാസവസ്തുക്കൾ അടിഞ്ഞുകൂടുന്നതിനിടയാകും. പക്ഷേ, മരുന്നുതളി കഴിഞ്ഞ് കുറെ ദിവസങ്ങൾക്കു ശേഷം വിളവെടുപ്പു നടത്തുകയാണെങ്കിൽ ഇവയ്ക്ക് വിഘടനം സംഭവിക്കുന്നതിനാൽ ദൂഷ്യഫലങ്ങൾ ഉളവാകുന്നില്ല. മരുന്നു തളിക്കുന്ന ആളുകൾ ഈ രാസവസ്തുക്കൾ കൈകാര്യം ചെയ്യുന്നതിനാൽ കൂടുതൽ സുരക്ഷാ നടപടികൾ കൈക്കൊള്ളേണ്ടതാണ്. നാഡീവ്യൂഹത്തെ തളർത്തുന്ന വിഷവസ്തുക്കളാണ് ഇവ.

22. പൊട്ടാസ്യം സയനൈഡ് കഴിച്ചാൽ മരണം ഉടൻ തന്നെ സംഭവിക്കുന്നു. കാരണം എന്ത്?

പൊട്ടാസ്യം സയനൈഡ് രക്തത്തിലെ ഹീമോഗ്ലോബിനുമായും ശരീരകോശങ്ങളിലെ സൈറ്റോക്രോമുകളുമായും പ്രവർത്തിച്ച് സുസ്ഥി രമായ സങ്കീർണ്ണ സംയുക്തങ്ങൾ ഉണ്ടാകുന്നതുമൂലം ശരീരകലകളി ലേക്കുള്ള ഓക്സിജൻ പ്രവാഹം തടസ്സപ്പെടുന്നതാണ് പെട്ടെന്നുള്ള

മരണത്തിനു കാരണം.

ഹീമോഗ്ലോബിൻ തന്മാത്രയിലുള്ള ഫെറസ് അയൺ ഓക്സിജനുമായും ജലവുമായും വേഗത്തിൽ രാസബന്ധത്തിലേർപ്പെടാൻ കഴിവുള്ളതാണ്. ശ്വാസകോശങ്ങളിൽനിന്നും ഓക്സിജനെ അനായാസം സ്വീകരിച്ച് വിവിധ കലകളിൽ എത്തിക്കാനും അവിടെ നിന്ന് ജലത്തെ മടക്കികൊണ്ടുവരാനും സാധിക്കുന്നത് ഈ കഴിവുമൂലം ആണ്. ശരീരകോശങ്ങളെ ശ്വസനത്തിനു സഹായിക്കുന്നത് മയോഗ്ലോബിൻ എന്ന പ്രോട്ടീനും സൈറ്റോക്രോം എന്ന ഇലക്ട്രോൺ വാഹകവും ആണ്. പൊട്ടാസ്യം സയനൈഡ് ശരീരത്തിൽ കടന്നു കഴിയുമ്പോൾ വിഘടിച്ച് പൊട്ടാസ്യം അയോണും സയനൈഡ് അയോണും ഉണ്ടാകുന്നു. സയനൈഡ് അയോണിന് ഫെറസ് അയോണുമായി കൂടുതൽ പ്രതിപത്തി (affinity) ഉള്ളതിനാൽ രക്തത്തിലെ ഓക്സിജൻ ആഗിരണം നടക്കുന്നില്ല. പകരം സയനൈഡ്-അയൺ സംയുക്തം ഉണ്ടാകുന്നു. കോശങ്ങളിലുള്ള ഒരിനം സൈറ്റോക്രോം (സൈറ്റോക്രോം-എ) സയനൈഡ് അയോണുമായി ചേർന്ന് സങ്കീർണ്ണസംയുക്തം ഉണ്ടാകുന്നതിനാൽ കോശങ്ങളിലെ ഇലക്ട്രോൺ കൈമാറ്റം തടസ്സപ്പെടുന്നു. തൽഫലമായി കോശങ്ങളിൽ ഓക്സിജൻ ആഗിരണം നടക്കുന്നില്ല. ഇതുമൂലം തലചുറ്റൽ, തലവേദന, ത്വക്കിനു നീലനിറം എന്നിവ ഉണ്ടാകുകയും തുടർന്ന് അബോധാവസ്ഥയിലാകുകയും മരണം സംഭവിക്കുകയും ചെയ്യും.

കാർബൺ മോണോക്സൈഡ് ശ്വസിക്കുമ്പോഴും സമാനമായ പ്രവർത്തനമാണ് നടക്കുന്നത്. ഹീമോഗ്ലോബിനുമായി ചേർന്ന് കാർബോക്സീ ഹീമോഗ്ലോബിൻ എന്ന സംയുക്തം ഉണ്ടാകുകയും രക്തത്തിന് ഓക്സിജൻ വഹിക്കാനുള്ള കഴിവ് നഷ്ടപ്പെടുകയും ചെയ്യും.

23. ഉള്ളി അരിയുമ്പോൾ കണ്ണുനീർ വരുന്നതെന്തുകൊണ്ട്?

ഉള്ളിയിൽ ബാഷ്പീകരണ ശീലമുള്ള അമിനോആസിഡ് സൾഫോക്സൈഡ് എന്ന കാർബണിക സംയുക്തങ്ങൾ അടങ്ങിയിട്ടുണ്ട്. ഉള്ളിയുടെ തൊലികളയുകയോ മുറിക്കുകയോ ചെയ്യുമ്പോൾ ഇതിൽ അടങ്ങിയിട്ടുള്ള അല്ലിനേസസ് എന്ന എൻസൈമുകൾ സ്വതന്ത്രമാകുന്നു. ഇവയുടെ പ്രവർത്തനംമൂലം അമിനോ ആസിഡ് സൾഫോക്സൈഡുകൾ സൾഫെനിക് ആസിഡുകളായി മാറുന്നു. ഇത് തന്മാത്രാഘടന മാറ്റത്തിലൂടെ Syn-Propan ethial S-oxide ആയിമാറുന്നു. വാതകാവസ്ഥയിലുള്ള ഈ രാസവസ്തുവാണ് കണ്ണിന് എരിച്ചിൽ ഉണ്ടാക്കുന്നതും കണ്ണുനീർ പ്രവഹിക്കാനിടയാക്കുന്നതും. ഈ വാതകം ഘനീഭവിച്ചുണ്ടാകുന്ന സൾഫിനേറ്റുകളാണ് ഉള്ളി മുറിക്കുമ്പോൾ ഉണ്ടാകുന്ന രൂക്ഷഗന്ധത്തിന് നിദാനം.

രാസവസ്തു കണ്ണിലെ കോർണിയയിൽ എത്തുമ്പോൾ വസ്തു

വിന്റെ ഏറ്റക്കുറച്ചിൽ അനുസരിച്ച് കണ്ണിൽ എരിച്ചിൽ തോന്നുകയും ഇത് നാഡീവ്യൂഹത്തെ ഉത്തേജിപ്പിക്കുകയും കണ്ണുനീർ പുറപ്പെടുവിച്ച് ഈ രാസവസ്തുവിനെ കഴുകി പുറംതള്ളുകയുമാണ് ചെയ്യുന്നത്. ഈ രാസപ്രക്രിയകളെല്ലാം തന്നെ അഞ്ചുമിനിട്ടുകൊണ്ട് പൂർണ്ണമാകുന്നതാണ്.

24. പെട്രോൾ വാഹനങ്ങളിൽ ഇന്ധനമായി പാചകവാതകം (LPG) ഉപയോഗിക്കുന്നത് എൻജിനു ദോഷമാണോ?

പെട്രോൾ വാഹനങ്ങളിൽ ദ്രവീകരിച്ച പെട്രോളിയം വാതകം (Liquified Petroleum Gas) ഉപയോഗിക്കുന്നത് ദോഷകരമല്ല. മറിച്ച് ചില മേന്മകളും ഉണ്ട്. പൂർണ്ണമായും കത്തുന്ന വാതകമായതിനാൽ യന്ത്രഭാഗങ്ങളിൽ അവക്ഷിപ്തങ്ങൾ ഉണ്ടാകുന്നില്ല. പെട്രോളിനേക്കാൾ കൂടിയ ഒക്ടേൻ നമ്പർ (Octane number) ഉള്ളതിനാൽ എൻജിന്റെ പ്രവർത്തനക്ഷമത കൂടുതലായിരിക്കും. എൻജിൻ പ്രവർത്തിക്കുമ്പോൾ പുറം തള്ളുന്ന വാതകങ്ങൾ കുറവായതിനാൽ അന്തരീക്ഷമലിനീകരണം ഒഴിവാകുകയും ചെയ്യും.

പാചകവാതകം ഉപയോഗിക്കുന്ന വാഹനങ്ങളിൽ രണ്ടു തരത്തിലുള്ള എൻജിനുകൾ ഉണ്ട്-പാചകവാതകം മാത്രം ഉപയോഗിച്ച് പ്രവർത്തിക്കുന്നവയും പാചകവാതകവും പെട്രോളും മാറിമാറി ഉപയോഗിക്കാവുന്നവയും. L P G പ്രധാനമായും പ്രൊപ്പെയ്ൻ, ഈഥേയ്ൻ, ബ്യൂട്ടേയ്ൻ എന്നീ വാതകങ്ങളുടെ മിശ്രിതം ആണ്. കൂടിയ ഇന്ധനക്ഷമത, കുറഞ്ഞ അന്തരീക്ഷ മലിനീകരണം എന്നിവ കൂടാതെ ക്യാൻസറിനും മറ്റു രോഗങ്ങൾക്കും മറ്റും കാരണമായേക്കാവുന്ന ബെൻസീൻ തുടങ്ങിയ രാസവസ്തുക്കൾ പുറംതള്ളുന്നില്ല എന്നതും ഇതിന്റെ മേന്മയായി കരുതാവുന്നതാണ്.

പെട്രോളിനു പകരം വാഹനങ്ങളിൽ പാചകവാതകം ഉപയോഗിക്കുമ്പോൾ പ്രത്യേകം ശ്രദ്ധിക്കേണ്ട സംഗതി സുരക്ഷാ സംവിധാനം ആണ്. വാഹനങ്ങൾ തമ്മിൽ കൂട്ടിഇടിക്കുകയോ മറ്റുവിധത്തിലോ ഗ്യാസ് സിലിണ്ടർ പൊട്ടിത്തെറിക്കാനിടയാകുന്നത് ബോംബുസ്ഫോടനം പോലെതന്നെ അപകടകാരിയാണ്.

25. സ്കൂട്ടറുകളിൽ പെട്രോളിന്റെ കൂടെ ഓയിൽ ചേർക്കുന്നതെന്തിന്?

യന്ത്രഭാഗങ്ങളിൽ ലൂബ്രിക്കേഷനുവേണ്ടിയാണ് പെട്രോളിനോടൊപ്പം ഓയിൽ ചേർക്കുന്നത്. എൻജിൻ പ്രവർത്തിക്കുമ്പോൾ ചലിക്കുന്ന ഭാഗങ്ങൾ തമ്മിലുള്ള ഘർഷണം (friction) മൂലം ഉണ്ടാകുന്ന തേയ്മാനം കുറയ്ക്കാൻ ഇത് സഹായകമാണ്. കൂടാതെ ശീതീകരണിയായും ഓയിൽ പ്രവർത്തിക്കുന്നതാണ്.

സ്കൂട്ടറുകളിൽ മാത്രമല്ല മറ്റു വാഹനങ്ങളിലും ലൂബ്രിക്കേഷൻ ആവശ്യമാണ്. വലിയ വാഹനങ്ങളിൽ ലൂബ്രിക്കേഷൻ സംവിധാനം പ്രത്യേകമായിട്ടുണ്ട്. ഓയിൽ ടാങ്കിൽനിന്നും യന്ത്രഭാഗങ്ങളിലേക്ക് ആവശ്യാനുസരണം ഓയിൽ പമ്പുചെയ്യുന്ന സംവിധാനം ആണ് ഇവയിൽ ഉള്ളത്. ചെറിയ വാഹനം ആയതുകൊണ്ട് സ്കൂട്ടറുകളിൽ ഇങ്ങനെ പ്രത്യേകസംവിധാനം ഇല്ല. അതുകൊണ്ടാണ് പെട്രോളിന്റെ കൂടെ ഓയിൽ കൂടി ചേർക്കുന്നത്.

26. വിമാനത്തിലെ 'ബ്ലാക്ക് ബോക്സ്' എന്നറിയപ്പെടുന്നതെന്താണ്?

വിമാനാപകടം ഉണ്ടാകുമ്പോൾ അപകട കാരണത്തെപ്പറ്റി മനസ്സിലാക്കാൻ സഹായിക്കുന്ന സംവിധാനം ആണ് 'ബ്ലാക്ക് ബോക്സ്'. ബോംബു സ്ഫോടനം ഇടിയുടെ ആഘാതം, ഉയർന്ന താപനിലയിലുള്ള തീപിടിത്തം എന്നിവയൊക്കെ അതിജീവിക്കാൻ കഴിയത്തക്കവണ്ണം ശക്തമായ രീതിയിലാണ് ഇത് രൂപകല്പന ചെയ്തിരിക്കുന്നത്. 4 X6 X8 ഇഞ്ച് അളവുകളുള്ള ഈ പേടകം വളരെ ഉയർന്ന താപനില താങ്ങാൻ കഴിവുള്ളതും ഓറഞ്ചുനിറത്തിലുള്ള പെയിന്റടിച്ചതും ആണ്. വിമാനാവശിഷ്ടങ്ങളുടെ ഇടയിൽനിന്നും മങ്ങിയ വെളിച്ചത്തിൽ പോലും തിരിച്ചറിയുന്നതിനാണ് പ്രത്യേകനിറം കൊടുത്തിരിക്കുന്നത്. ബ്ലാക്ക് ബോക്സ് എന്നു പറയുമെങ്കിലും അത് ബ്ലാക്ക് നിറത്തിലുള്ളതല്ല. വിമാനത്തിന്റെ ഏറ്റവും പുറകിലെ അറ്റത്താണ് ഇത് സൂക്ഷിക്കുക.

വിമാനത്തിനുള്ളിലെ ശബ്ദവും പറക്കലിനെ സംബന്ധിക്കുന്ന വിവരങ്ങളും രേഖപ്പെടുത്തുന്ന ഉപകരണം ആണ് ബ്ലാക്ക് ബോക്സ്. ഭൂമിയിൽ നിന്നുള്ള ഉയരം, ഏതു ദിശയിൽ പറക്കുന്നു, കാറ്റിന്റെയും വാഹനത്തിന്റെയും വേഗത എന്നിവ തുടർച്ചയായി രേഖപ്പെടുത്തിക്കൊണ്ടിരിക്കും. കൂടാതെ ഓരോ 30 മിനിട്ടിലും പൈലറ്റും ഭൂമിയിലെ കൺട്രോൾ നിലയവുമായി നടത്തുന്ന സംഭാഷണവും റെക്കാർഡു ചെയ്യുന്നതാണ്. അപകടം സംഭവിച്ചു കഴിഞ്ഞാൽ ബ്ലാക്ക് ബോക്സിൽ ആലേഖനം ചെയ്യപ്പെടുന്ന വിവരങ്ങളിൽനിന്നും അപകടകാരണം മനസ്സിലാക്കാൻ കഴിയുന്ന സൂചനകൾ ലഭിക്കുന്നതാണ്.

27. '43 ഗ്രേഡ്' സിമന്റ്, '53 ഗ്രേഡ്' സിമന്റ് എന്നൊക്കെ പറയുന്നത് എന്താണ്?

ഒരു സിമന്റ് സാമ്പിളിനു കിട്ടാവുന്ന ഏറ്റവും കുറഞ്ഞ ബലം ആണ് അതിന്റെ ഗ്രേഡ് എന്നു പറയുന്നത്. സിമന്റും മണലും നിശ്ചിത അനുപാതത്തിൽ ജലവുമായി യോജിപ്പിച്ച് നിശ്ചിത ആകൃതിയിലുള്ള ഒരു രൂപം (mould) ഉണ്ടാക്കുന്നു. നിശ്ചിത ദിവസം കഴിഞ്ഞ് അതിനെ കംപ്രഷൻ ടെസ്റ്റിനു വിധേയമാക്കി ബലം നിർണ്ണയിക്കുന്നു. സിമന്റും

മൂന്നു ഗ്രേഡിലുള്ള മണൽ (coarse, medium and fine) തുല്യ അനുപാതത്തിൽ എടുത്തതും ജലവുമായി സംയോജിപ്പിച്ച് 7.07 സെ.മീറ്റർ വശങ്ങളുള്ള ഒരു ഘനരൂപം (cube) ഉണ്ടാക്കുന്നു. 28 ദിവസം കഴിഞ്ഞ് അതിനെ കംപ്രഷൻ ടെസ്റ്റിനു വിധേയമാക്കി അതിനു താങ്ങാവുന്ന ഏറ്റവും കൂടിയ ബലം കണ്ടുപിടിക്കുന്നു. ന്യൂട്ടൺ/സ്ക്വയർ സെ.മീറ്ററിലാണ് ബലം കണ്ടുപിടിക്കുന്നത്. ഇത് 33നും 43നും ഇടയിലാണെങ്കിൽ അതിനെ '33 ഗ്രേഡ്' സിമന്റ് എന്നു പറയും. 43 നും 53 നും ഇടയിലാണെങ്കിൽ '43 ഗ്രേഡ്' സിമന്റ് എന്നും 53ൽ കൂടുതലാണെങ്കിൽ '53 ഗ്രേഡ്' സിമന്റ് എന്നും പറയുന്നു. കൂടുതൽ ബലം ഉള്ള കോൺക്രീറ്റ് നിർമ്മാണത്തിന് '53 ഗ്രേഡ്' സിമന്റാണ് ഉപയോഗിക്കുന്നത്.

28. കാർബൺ എങ്ങനെയാണ് വജ്രം ആയി രൂപാന്തരപ്പെടുന്നത്?

ഭൂമിയുടെ അന്തർഭാഗത്തുള്ള ഉയർന്ന മർദ്ദവും താപനിലയുംമൂലം അനേക ദശലക്ഷം വർഷങ്ങൾകൊണ്ട് കാർബൺ രൂപാന്തരപ്പെട്ടാണ് ഗ്രാഫൈറ്റും വജ്രവും ഉണ്ടാകുന്നത്. കൃത്രിമമായി വജ്രം ആദ്യമായി നിർമ്മിച്ചത് ഫ്രഞ്ചു ശാസ്ത്രജ്ഞനായ മോയ്സ്സാൻ (Moissan) ആണ്. ചാർക്കോളും ഇരുമ്പും ഒരു വൈദ്യുത ഫർണസിൽ 2500°C ൽ ചൂടാക്കി കിട്ടിയ ദ്രാവകം പെട്ടെന്ന് വെള്ളത്തിൽ മുക്കി തണുപ്പിച്ചശേഷം ആസിഡുമായി പ്രതിപ്രവർത്തിച്ചപ്പോൾ ഇരുമ്പ് ആസിഡിൽ ലയിക്കുകയും ബാക്കിവന്ന കാർബണിൽ കുറഞ്ഞ അളവിൽ ഗ്രാഫൈറ്റും വജ്രവും കാണപ്പെടുകയും ചെയ്തു. ഇത് പില്ക്കാലത്ത് മറ്റു പല ശാസ്ത്രജ്ഞരും പരീക്ഷണങ്ങളിലൂടെ തെളിയിച്ചു. ഈ മാർഗ്ഗം തന്നെയാണ് കൃത്രിമമായി വജ്രം ഉണ്ടാക്കാൻ ഇന്നും ഉപയോഗിച്ചുവരുന്നത്.

29. ഫുള്ളറീനുകൾ എന്താണ്?

ഗ്രാഫൈറ്റ്, ഡയമണ്ട് എന്നിവയെപ്പോലെ കാർബൺ മൂലകത്തിന്റെ ഒരു അപരരൂപം (Allotrope) ആണ് ഫുള്ളറീനുകൾ. അറുപതോ അതിൽ കൂടുതലോ കാർബൺ കണങ്ങൾ ചേർന്നുള്ള ഇതിന്റെ തന്മാത്രകൾ ഗോളാകൃതിയിലുള്ള പൊള്ളയായ ഒരു കൂടുപോലെ ആണ്. 20 ഷഡ്ഭുജങ്ങളും 12 പഞ്ചഭുജങ്ങളും ചേർന്നു യോജിച്ച് 60 കോണുകളും 32 വശങ്ങളും ഉള്ള ഒരു ബൃഹത് തന്മാത്രയാണ് C_{60}. ഗോളകാകൃതി (dome shape) യുടെ ഉപജ്ഞാതാവ് R- Buckmister Fullerene ന്റെ പേരിൽനിന്നാണ് ഫുള്ളറീനുകൾ എന്ന് നാമകരണം ചെയ്തിരിക്കുന്നത്. ഒരു സോക്കർബോളിന്റെ ആകൃതി ആയതിനാൽ ഇതിന് സോക്കറീൻ (Soccerene) എന്നും പേരുണ്ട്.

ഗോളാന്തരവികിരണങ്ങളുടെ പഠനത്തിനിടയിൽ തികച്ചും യാദൃച്ഛികമായാണ് C_{60}, C_{70} എന്നീ ഭീമാകാരമായ തന്മാത്രാ സമൂഹങ്ങളുടെ

സാന്നിദ്ധ്യം മനസ്സിലായത്. ഇവയുടെ കണ്ടുപിടിത്തത്തിന് 1996 ൽ രസതന്ത്രത്തിനുള്ള നോബൽ സമ്മാനം നല്കുകയുണ്ടായി. യു കെ യിലെ Sussex യൂണിവേഴ്സിറ്റിയിലെ പ്രൊഫസർ ഹാരോൾഡ് ക്രോട്ടോ (Harold Kroto) യു എസ് എയിലെ ഹ്യൂസ്റ്റൺ റൈസ് യൂണിവേഴ്സിറ്റിയിലെ പ്രൊഫസർമാരായ റോബർട്ട് എഫ് കേൾ (Robert F Curl), റിച്ചാർഡ് ഇ സ്മാലേ (Richard E Smalle) എന്നിവരാണ് നോബൽ സമ്മാനം പങ്കിട്ടത്. കുറഞ്ഞ മർദ്ദത്തിൽ ഹീലിയം വാതകത്തിന്റെ സാന്നിദ്ധ്യത്തിൽ ഗ്രാഫൈറ്റ് ദണ്ഡുകൾ ഇലക്ട്രിക് ആർക്ക് ഉപയോഗിച്ച് ചൂടാക്കി കിട്ടുന്ന വാതകം പെട്ടെന്ന് ഒരു ഓർഗാനിക് ലായകത്തിൽ തണുപ്പിച്ചാണ് ആദ്യമായി ഫുള്ളറീൻ നിർമ്മിച്ചത്. ഗ്രാഫൈറ്റിനെ അതീവതീക്ഷ്ണതയിലുള്ള ലേസർ രശ്മികൾ ഉപയോഗിച്ച് വികിരണം നടത്തിയും ഇവ നിർമ്മിക്കുന്നുണ്ട്. രാസപരമായി അത്യന്തം സ്ഥിരതയുള്ള ഫുള്ളറീനുകൾ അസാധാരണമായ പല സവിശേഷതകളും കാണിക്കുന്നുണ്ട്. അതിചാലകത (Super conductivity), ഫെറോകാന്തകത (Ferro magnetism), Electroluminescence എന്നിവ പ്രത്യേകം എടുത്തുപറയേണ്ട ഗുണങ്ങളാണ്. പ്രകാശരശ്മികളെ പ്രതിഫലിപ്പിക്കാനുള്ള ഇവയുടെ പ്രത്യേക കഴിവ് Optical limiting എന്നാണറിയപ്പെടുന്നത്. ആരോഗ്യരംഗത്തും, ഔഷധം, ആയുധം എന്നിവയുടെ നിർമ്മാണത്തിനും ലൂബ്രിക്കന്റായും, ഇലക്ട്രോണിക് ഡിസ്പ്ലേ ബോർഡുകളിലും ഫുള്ളറീനുകൾ ഉപയോഗിച്ചുവരുന്നു.

30. കാർബൺ ഡേറ്റിങ് എന്നാൽ എന്ത്?

റേഡിയോ ആക്ടീവതയുള്ള മൂലകങ്ങളുടെ പ്രത്യേക സ്വഭാവത്തെ ആസ്പദമാക്കി വൃക്ഷലതാദികളുടെയും ജന്തുക്കളുടെയും പ്രായം നിർണ്ണയിക്കാനുള്ള ഒരു മാർഗ്ഗം ആണ് കാർബൺ ഡേറ്റിങ്. പ്രാചീന കാലത്ത് ജീവിച്ചിരുന്നതും മൺമറഞ്ഞുപോയതുമായ ജീവികളുടെ അവശിഷ്ട(ഫോസിൽ)ങ്ങളിൽനിന്നും അവ ജീവിച്ചിരുന്നത് എത്രകാലം മുമ്പായിരുന്നു എന്നു മനസ്സിലാക്കാനും ഭൂമിയുടെ തന്നെ പ്രായം കണക്കാക്കാനും ഈ മാർഗ്ഗം സഹായകമാണ്.

ഓരോ റേഡിയോ ആക്ടീവ് മൂലകത്തിനും സ്ഥിരമായ ഒരു അർദ്ധായുസ്സ് (Half Life) ഉണ്ട്. അർദ്ധായുസ്സ് എന്നാൽ ഒരു മൂലകം നേർ പകുതി ആയി കുറയാൻ വേണ്ട സമയം എന്നാണ് ഉദാഹരണത്തിന് റേഡിയം മൂലകത്തിന്റെ അർദ്ധായുസ്സ് 1620 വർഷം ആണ്. അതായത് 1 ഗ്രാം റേഡിയം 1620 വർഷങ്ങൾ കഴിയുമ്പോൾ 0.5 ഗ്രാം ആയി കുറയുന്നു.

പ്രകൃതിയിൽ കാണുന്ന എല്ലാ മൂലകങ്ങളും ഒന്നിലധികം ഐസോട്ടോപ്പുകളുടെ മിശ്രിതം ആണ്. ഒരേ അറ്റോമിക സംഖ്യയും വ്യത്യസ്ത അറ്റോമിക ഭാരവും ഉള്ള ആറ്റങ്ങൾക്കാണ് ഐസോടോപ്പുകൾ എന്നു പറയുന്നത്. അന്തരീക്ഷവായുവിലെ കാർബൺ ഡൈ ഓക്സൈഡിൽ

സാധാരണ കാർബൺ (C^{12}) കൂടാതെ റേഡിയോ ആക്ടീവതയുള്ള C^{14} ഒരു നിശ്ചിത അളവിൽ അടങ്ങിയിട്ടുണ്ട്. ഇതിന്റെ അർദ്ധായുസ്സ് 5730 വർഷം ആണ്. വായുവിലെ C^{14} ന്റെ അളവ് വികിരണം മൂലം നിരന്തരം കുറയുന്നുണ്ടെങ്കിലും കോസ്മിക് രശ്മികളുടെ പ്രവർത്തനം മൂലം നിരന്തരമായി ഉല്പാദിപ്പിക്കപ്പെടുന്നതിനാൽ C^{12}, C^{14} അനുപാതം വ്യത്യാസപ്പെടുന്നില്ല. സസ്യങ്ങളും മറ്റു ജന്തുക്കളും അവയ്ക്കാവശ്യമായ കാർബൺ ലഭ്യമാക്കുന്നത് അന്തരീക്ഷവായുവിലെ കാർബൺ ഡൈ ഓക്സൈഡിൽ നിന്നാണ്. തന്മൂലം എല്ലാ ജീവജാലങ്ങളുടെയും ശരീരത്തിലെ C^{12}, C^{14}അനുപാതം അന്തരീക്ഷ വായുവിലേതു തന്നെ ആയിരിക്കും. എന്നാൽ ഇവ നശിച്ചുകഴിഞ്ഞാൽ പുറമെനിന്നും കാർബൺ ആഗിരണം നടക്കുകയില്ല. പക്ഷേ, ശരീരകലകളിലുള്ള C^{14} വികിരണം മൂലം തുടർന്നും നഷ്ടപ്പെട്ടുകൊണ്ടിരിക്കുന്നതിനാൽ നേരത്തേ ഉള്ള അനുപാതത്തിൽ മാറ്റം വരുന്നു. ഈ വ്യത്യാസം കണ്ടുപിടിച്ച് അവ എത്രകാലം മുമ്പാണ് ജീവിച്ചിരുന്നത് എന്നു കണക്കാക്കാം.

ഇതേ മാർഗ്ഗം തന്നെ ഭൂമിയുടെ പ്രായം കണക്കാനും ഉപയോഗിക്കുന്നുണ്ട്. ഭൂമിയുടെ ഉപരിതലത്തിലെ പാറകളിലും മറ്റും അടങ്ങിയിട്ടുള്ള യുറേനിയ(U^{238})ത്തിന്റെയും ലെഡ്ഡി( )ന്റെയും അളവു കണ്ടുപിടിച്ചാണ് ഭൂമി ഉണ്ടായിട്ട് എത്രവർഷം ആയി എന്ന് കണക്കാക്കുന്നത്. ഈ രീതിയിൽ തിട്ടപ്പെടുത്തിയതനുസരിച്ച് 3000 മില്യൻ വർഷങ്ങൾക്കു മുമ്പാണ് ഭൂമി ഉണ്ടായത് എന്ന് കണ്ടെത്തിയിട്ടുണ്ട്.

31. റെഫ്രിജെറന്റ് (Refrigerent) എന്നാൽ എന്ത്? ഫ്രിഡ്ജിൽ എങ്ങനെയാണ് തണുപ്പുണ്ടാകുന്നത്?

നമ്മുടെ കൈയിൽ ഒരു തുള്ളി പെട്രോൾ ഒഴിച്ചുനോക്കുക. ദ്രാവകം പെട്ടെന്ന് അപ്രത്യക്ഷമാവുകയും കൈയിൽ തണുപ്പ് അനുഭവപ്പെടുകയും ചെയ്യുന്നില്ലേ? ദ്രാവകരൂപത്തിലുള്ള പെട്രോൾ വാതകമായി മാറാൻ വേണ്ട താപം കൈയിൽനിന്നും എടുക്കുന്നതിനാലാണ് നമുക്ക് തണുപ്പ് അനുഭവപ്പെടുന്നത്. ഈ തത്ത്വം അടിസ്ഥാനമാക്കിയാണ് റെഫ്രിജിറേറ്ററുകൾ പ്രവർത്തിക്കുന്നത്.

താപനില കുറയ്ക്കുവാൻ വേണ്ടി ഉപയോഗിക്കുന്ന വസ്തു ആണ് റെഫ്രിജെറന്റ്. അമോണിയ, കാർബൺ ഡൈ ഓക്സൈഡ് എന്നീ വാതകങ്ങൾ ആദ്യകാലത്ത് ഉപയോഗിച്ചിരുന്നുവെങ്കിലും ഇപ്പോൾ കൂടുതലും 'ഫ്രിയോൺ' ആണ് ഉപയോഗിക്കുന്നത്. ഇവ മീഥേൻ ഹൈഡ്രോകാർബണുകളുടെ ഫ്ളൂറോകാർബണുകൾ ആണ്. സാധാരണയായി ഉപയോഗിക്കുന്നത് ഫ്രിയോൺ-12 ആണ്. ഡൈ ക്ലോറോഡൈഫ്ളൂറോ മീഥേൻ എന്നാണ് ഇതിന്റെ രാസനാമം. മിതമായ മർദ്ദത്തിലും അന്തരീക്ഷതാപനിലയിലും ദ്രാവകമായി മാറുന്നതിനാൽ വളരെ ഫലപ്രദമായ റെഫ്രിജറന്റായി പ്രവർത്തിക്കും.

റെഫ്രിജെറന്റിനെ ഉയർന്ന മർദ്ദത്തിൽ കംപ്രസു ചെയ്യുമ്പോൾ ദ്രാവകമായി മാറുന്നു. ഈ സമയം പുറംതള്ളപ്പെടുന്ന താപം അന്തരീക്ഷവായുവിൽ വ്യാപിക്കുന്നു. ഈ ദ്രാവകം താഴ്ന്ന മർദ്ദത്തിൽ വികസിക്കുമ്പോൾ വാതകമായി മാറുന്നു. ഇതിനാവശ്യമായ താപം ഫ്രിഡ്ജിനുള്ളിൽ നിന്നും എടുക്കുന്നതിനാൽ താപനില കുറയുന്നു. ഈ വാതകം വീണ്ടും കംപ്രസു ചെയ്ത് വികസിക്കാൻ അനുവദിക്കുന്നു. ഈ പ്രക്രിയ തുടർന്നുകൊണ്ടേ ഇരിക്കുന്നതിനാൽ താപനില വളരെ താഴ്ന്നു കിട്ടുന്നു.

32. റെഫ്രിജറേറ്ററിൽ ഫ്രോസ്റ്റ് (frost) ഉണ്ടാകാനുള്ള ജലം എവിടെ നിന്നും വരുന്നു?

ഫ്രിഡ്ജിൽ സൂക്ഷിച്ചിരിക്കുന്ന വസ്തുക്കളിലും ഇടയ്ക്കിടയ്ക്ക് ഫ്രിഡ്ജ് തുറക്കുമ്പോൾ പുറത്തുനിന്നും ഉള്ളിലേയ്ക്ക് കടക്കുന്ന അന്തരീക്ഷവായുവിലും ഉള്ള ജലാംശം ആണ് ഫ്രോസ്റ്റ് ആയി മാറുന്നത്. അന്തരീക്ഷവായു എപ്പോഴും നീരാവികൊണ്ട് പൂരിതമായിരിക്കും. അന്തരീക്ഷ താപനില കൂടുമ്പോൾ വായുവിലെ നീരാവിയുടെ അളവ് കൂടുതലായിരിക്കും. അതുപോലെ കുറഞ്ഞ താപനിലയിൽ നീരാവിയുടെ അളവും കുറഞ്ഞിരിക്കും. ഓരോ താപനിലയിലും അന്തരീക്ഷത്തിൽ അടങ്ങിയിട്ടുള്ള നീരാവിയുടെ അളവ് നിശ്ചിതമായിരിക്കും. ഒരു തണുത്ത പ്രതലത്തിൽ തട്ടുമ്പോൾ വായുവിലെ നീരാവി തണുത്ത് ജലമായോ മഞ്ഞുതുള്ളിയായോ മാറും. ഈ താപനില 'dew point' എന്നാണറിയപ്പെടുന്നത്. ഈ താപനില ജലത്തിന്റെ ഖരാങ്കത്തേക്കാൾ താഴെ ആയാൽ ഫ്രോസ്റ്റ് ഉണ്ടാകുന്നു. ഫ്രിഡ്ജിലെ evaporator coil നുചുറ്റുമുള്ള വായുവിലെ നീരാവി ഇതിൽ തട്ടി ഘനീഭവിച്ച് ജലം ആവുകയും തുടർന്ന് കൂടുതൽ തണുക്കുന്നതിന്റെ ഫലമായി മഞ്ഞുപാളിയായിത്തീരുകയും ചെയ്യും. ഇങ്ങനെ ആണ് ഫ്രോസ്റ്റ് ഉണ്ടാകുന്നത്.

33. ബിസ്കറ്റ് അന്തരീക്ഷവായുവിൽ തുറന്നു വച്ചിരുന്നാൽ തണുത്ത് കുതിർന്നുപോകുന്നു. എന്നാൽ ഫ്രിഡ്ജിനുള്ളിൽ വച്ചിരുന്നാൽ പുതുമ നഷ്ടപ്പെടാതെ ഇരിക്കുന്നു. എന്താണിതിനു കാരണം?

അന്തരീക്ഷവായുവിലെ നീരാവിയുടെ അളവ് (humidity) 40 മുതൽ 60 ശതമാനം വരെ ആണ്. എന്നാൽ ബേക്കു ചെയ്തുണ്ടാക്കുന്ന ബിസ്കറ്റിൽ ജലാംശം തീരെ കുറവാണ്. ഏതാണ്ട് 5 ശതമാനത്തിൽ താഴെമാത്രമേ കാണുകയുള്ളൂ. അതുകൊണ്ടാണ് വായുവിൽ തുറന്നുവച്ചിരുന്നാൽ പുറമെനിന്നും ജലാംശം വലിച്ചെടുത്ത് അത് കുതിർന്നു പോകുന്നത്. ഫ്രിഡ്ജിനുള്ളിലുള്ള വായുവിലെ നീരാവി

തണുത്ത് ഐസായി (frost) മാറുന്നതിനാൽ അതിനുള്ളിൽ ജലാംശം തീരെ കാണുകയില്ല. അതുകൊണ്ടാണ് ബിസ്കറ്റ് പുതുമ നഷ്ടപ്പെടാതെ ഇരിക്കുന്നത്.

34. എയർകൂളറും എയർകണ്ടീഷനറും തമ്മിലുള്ള വ്യത്യാസം എന്ത്?

ഒരു കെട്ടിടത്തിനുള്ളിലോ ഒരു പ്രത്യേകമുറിയിലോ അതല്ലെങ്കിൽ അടച്ചിട്ടിരിക്കുന്ന ഏതെങ്കിലും സ്ഥലത്തോ ഉള്ള വായുവിന്റെ താപനില, ഈർപ്പം, സഞ്ചാരഗതി എന്നിവ നിയന്ത്രിച്ച് നമുക്ക് സുഖപ്രദമായ നിലയിൽ നിലനില്ക്കുന്നതിനുള്ള ഉപകരണം ആണ് എയർ കണ്ടീഷനർ. ഫ്രിഡ്ജിൽ ഉപയോഗിക്കുന്നതുപോലെ ഫ്രിയോൺ വാതകം ആണ് റഫ്രിജെറന്റായി ഇവിടെയും ഉപയോഗിക്കുന്നത്. ഉയർന്ന മർദ്ദത്തിൽ കംപ്രസുചെയ്ത റഫ്രിജെറന്റിനെ പെട്ടെന്ന് കുറഞ്ഞ മർദ്ദത്തിൽ വികസിപ്പിക്കുമ്പോൾ താപനില താഴുന്നു. ഇതിന് Joule Thomson Effect എന്നാണ് പറയുന്നത്. കംപ്രസു ചെയ്യുമ്പോൾ ഉണ്ടാകുന്ന അധികതാപം ഫാൻ ഘടിപ്പിച്ച് വായുമുഖേനയോ ജലകൂളറുകൾ മുഖേനയോ മാറ്റേണ്ടതാണ്. തണുത്തു ദ്രാവകമാകുന്ന റഫ്രിജെറന്റിനു ചുറ്റുമുള്ള വായു തണുക്കുകയും ഇങ്ങനെ തണുത്ത വായു മുറിയിൽ വ്യാപിക്കുകയും ചെയ്യുന്നു. മുറിക്കുള്ളിലെ വായു തണുക്കുമ്പോൾ വായുവിൽ അധികമാകുന്ന ജലാംശം എയർകണ്ടീഷനറിൽ തട്ടി ജലകണങ്ങളായി വീഴുന്നു.

എയർ കൂളറുകൾ നീരാവിയെ പുറത്തേക്കുവിട്ട് ചുറ്റുമുള്ള സ്ഥലത്ത് തണുപ്പ് തോന്നിപ്പിക്കുന്നു. അന്തരീക്ഷവായുവിലെ ഈർപ്പം കൂട്ടുകയാണ് ചെയ്യുന്നത്. കറങ്ങിക്കൊണ്ടിരിക്കുന്ന നാരുകൊണ്ടുണ്ടാക്കിയ ഒരു ചെറിയ മെത്ത () നീരാവിയെ പുറത്തേക്കു വിടുന്നു. ഇതിന്റെ നനവ് നിലനിർത്താൻ വേണ്ടി ഇടയ്ക്കിടയ്ക്ക് വെള്ളം ഒഴിച്ചുകൊടുക്കേണ്ട ആവശ്യം ഉണ്ട്.

എയർ കണ്ടീഷനറുകളുടെ പ്രവർത്തനക്ഷമത കൂട്ടുന്നതിന് മുറിയിലെ ജനാലകളും വാതിലുകളും അടച്ചിടേണ്ടതാണ്. എന്നാൽ എയർകൂളറുകൾ പ്രവർത്തിക്കുമ്പോൾ ഒരു ജനാല എങ്കിലും തുറന്നിടുന്നതാണ് നല്ലത്. അല്ലെങ്കിൽ മുറിയിലെ ഈർപ്പം ക്രമാതീതമായി വർദ്ധിക്കുന്നതുമൂലം ഉള്ള അസ്വാസ്ഥ്യങ്ങൾ ഉണ്ടാകുന്നതാണ്.

35. എക്സിമോകൾ വീടുണ്ടാക്കാൻ മഞ്ഞുകട്ട ഉപയോഗിക്കുന്നതെന്തുകൊണ്ട്?

മഞ്ഞുമൂടികിടക്കുന്ന ധ്രുവപ്രദേശത്ത് വീടുണ്ടാക്കാൻ മഞ്ഞുകട്ട അല്ലാതെ മറ്റു വസ്തുക്കൾ ഒന്നുംതന്നെ ലഭ്യമല്ല. എക്സിമോകളുടെ മഞ്ഞുവീടുകൾക്ക് “ഇഗ്ളു” എന്നാണ് പറയുന്നത്. മഞ്ഞുകട്ട ഇഷ്ടിക

പോലെയാക്കി വീടുണ്ടാക്കിയിട്ട് അതിനകത്ത് മൃഗക്കൊഴുപ്പ് കത്തിച്ച് തീപൂട്ടുന്നു. തൽഫലമായി ഉണ്ടാകുന്ന ചൂടുകൊണ്ട് ഉൾഭാഗം ഉരുകി ഉണ്ടാകുന്ന ജലാംശം മഞ്ഞുകട്ടയുടെ വിടവിലേക്ക് ഊറി ഇറങ്ങുന്നു. അപ്പോൾ വാതിൽ തുറന്ന് പുറത്തുനിന്നും ഉള്ള തണുത്ത ധ്രുവക്കാറ്റ് അകത്തേക്കു പ്രവേശിക്കാൻ അനുവദിക്കുന്നു. തൽഫലമായി ജലാംശം വീണ്ടും ഉറഞ്ഞ് കട്ടിയാവുകയും വിടവുകൾ അടഞ്ഞ് മഞ്ഞുകൂടാരമായി മാറുകയും ചെയ്യും. മഞ്ഞുകട്ട നല്ലൊരു താപവിരോധിയാകയാൽ പുറത്തെ താപനില എത്ര താഴ്ന്നതായാലും ഇഗ്ലുവിന്റെ ഉള്ളിൽ സുഖകരമായ താപനില അനുഭവപ്പെടും.

36. പല ലോകരാഷ്ട്രങ്ങളും അന്റാർട്ടിക്കയിൽ ഗവേഷണ കേന്ദ്രങ്ങൾ സ്ഥാപിച്ചിട്ടുണ്ട്. എന്താണ് ഇതിനു കാരണം?

മഞ്ഞുപാളികളാൽ ആവരണം ചെയ്തുകിടക്കുന്ന അന്റാർട്ടിക്ക പ്രത്യേകിച്ച് ഒരു ഗവൺമെന്റിന്റെ ഭരണത്തിൻ കീഴിലല്ല. ഭൂമിയിലെ മറ്റു വൻകരകളെ അപേക്ഷിച്ച് മനുഷ്യന്റെ ഇടപെടൽ തീരെ ഇല്ലാത്ത ഭൂവിഭാഗം ആയതിനാൽ മാലിന്യമുക്തമായ അന്തരീക്ഷം സ്വതന്ത്രമായ ശാസ്ത്രഗവേഷണങ്ങൾക്ക് ഏറ്റവും അനുയോജ്യമാണ്. 1959 ൽ വിവിധ ലോകരാഷ്ട്രങ്ങൾ ചേർന്നുണ്ടാക്കിയ ഉടമ്പടി അനുസരിച്ച് ഇവിടെ ശാസ്ത്രഗവേഷണങ്ങൾ മാത്രം മതി എന്ന് വ്യവസ്ഥ ചെയ്തിട്ടുണ്ട്. ന്യൂക്ലിയർ പരീക്ഷണങ്ങളും ധാതുഖനനവും പാടില്ല എന്നും തീരുമാനിച്ചിട്ടുണ്ട്. ഇവിടത്തെ പരിസ്ഥിതി സന്തുലനം കാത്തുസൂക്ഷിക്കുന്നതിനു വേണ്ടിയുള്ള ഉടമ്പടി ആണിത്. ഭൗമപാളികളുടെ ചലനം, മഞ്ഞുപാളികളുടെ ചരിത്രവും ചലനവും, വാനനിരീക്ഷണം, കാലാവസ്ഥാ പഠനങ്ങൾ എന്നിങ്ങനെ വിവിധ വിഷയങ്ങളെ ആസ്പദമാക്കിയുള്ള പഠനങ്ങൾ ആണ് ഇവിടെ നടക്കുന്നത്. വേനൽക്കാലത്ത് ഏകദേശം നാലായിരത്തിൽപ്പരം ശാസ്ത്രജ്ഞർ വിവിധ കേന്ദ്രങ്ങളിലായി ഇവിടെ പ്രവർത്തിക്കുന്നുണ്ട്.

1981–82 ൽ പ്രസിദ്ധ ശാസ്ത്രജ്ഞൻ S Z Quasim ന്റെ നേതൃത്വത്തിൽ ഇന്ത്യൻ ഗവേഷകസംഘം ഇവിടെ എത്തിയതോടെയാണ് നമ്മുടെ അന്റാർട്ടിക്ക പര്യവേക്ഷണങ്ങൾക്ക് നാന്ദികുറിച്ചത്. ഇതേത്തുടർന്ന് 1981–82 ൽ രണ്ടാമത്തെ സംഘവും 83–84 ൽ മൂന്നാമത്തെ സംഘവും ഇവിടെ എത്തി. Dr. Harsh K Guptaയുടെ നേതൃത്വത്തിൽ എത്തിയ മൂന്നാമത്തെ സംഘം ഒരു സ്ഥിരം ഗവേഷണ നിലയം ഇവിടെ സ്ഥാപിച്ചതോടുകൂടി മുഴുവൻ സമയപഠനം സാദ്ധ്യമായി. വേനൽക്കാലത്തും ശൈത്യകാലത്തും രണ്ടു പ്രത്യേക സംഘം ശാസ്ത്രജ്ഞർ മാറിമാറി തുടർച്ചയായി പഠനം നടത്തത്തക്കവണ്ണം ഉള്ള സംവിധാനം ആണ് ഇപ്പോഴുള്ളത്. ആദ്യത്തെ ഗവേഷണ നിലയം പില്ക്കാലത്ത് മഞ്ഞുമൂടി അപ്രത്യക്ഷമായെങ്കിലും അവിടെ തുടങ്ങിവെച്ച പഠനങ്ങൾ തുടർന്നും നടത്തി വരുന്നുണ്ട്. 1989 ൽ രണ്ടാമതൊരു ഗവേഷണ നിലയംകൂടി

ഇവിടെ സ്ഥാപിച്ചു. ഇതിന് "Maitri" എന്നാണ് നാമകരണം ചെയ്തിരിക്കുന്നത്. ഇന്ത്യയുടെ നാഷണൽ അന്റാർട്ടിക് കമ്മിറ്റിയുടെ ആസ്ഥാനം ഗോവയിലാണ്.

37. സോപ്പ് വസ്ത്രങ്ങളിലെ അഴുക്കുമാറ്റി വൃത്തിയാക്കുന്നതെങ്ങനെ?

എണ്ണകളും കൊഴുപ്പുകളും ഫാറ്റി ആസിഡുകളുടെ ട്രൈ ഗ്ലിസറൈഡുകൾ ആണ്. 16 മുതൽ 18 വരെ കാർബൺ കണങ്ങൾ ചേർന്ന നീണ്ട കാർബൺ ചെയിനുള്ള കാർബോക്സിലിക് ആസിഡുകളും ഗ്ലിസറിനും ചേർന്നുള്ള സംയുക്തങ്ങളാണ് ഇവ. എണ്ണയും കൊഴുപ്പുകളും രാസപരമായി ഒരേ വസ്തുക്കളാണ്. സാധാരണ താപനിലയിൽ ഖരാവസ്ഥയിലുള്ളതിനെ കൊഴുപ്പ് എന്നും ദ്രാവകാവസ്ഥയിലുള്ളതിനെ എണ്ണ എന്നും പറയാറുണ്ടെന്നു മാത്രം. എണ്ണയും കൊഴുപ്പുകളും സോഡിയം ഹൈഡ്രോക്സൈഡുമായി പ്രതിപ്രവർത്തിപ്പിച്ചാണ് സോപ്പ് നിർമ്മിക്കുന്നത്. ഈ പ്രക്രിയയ്ക്ക് സപ്പോണിഫിക്കേഷൻ (saponification) എന്നാണ് പറയാറ്. എണ്ണയിൽനിന്നും ഗ്ലിസറിൻ വേർപെടുകയും കാർബോക്സിലിക് ആസിഡ് സോഡിയം ലവണമായി മാറുകയും ചെയ്യും. ഈ സോഡിയം ലവണമാണ് സോപ്പ്. സോപ്പുതന്മാത്രയിൽ വിപരീത സ്വഭാവമുള്ള രണ്ടു ഭാഗങ്ങൾ ഉണ്ട്. ഒന്ന് ജലവുമായി വികർഷണമുള്ള ഹൈഡ്രോകാർബൺ ഭാഗവും (hydrophobic) മറ്റേത് ജലവുമായി ആകർഷണം ഉള്ള കാർബോക്സിലിക് ഭാഗവും. സോപ്പ് വെള്ളത്തിൽ ലയിക്കുമ്പോൾ ഉണ്ടാകുന്ന കൊളോയ്ഡിലെ തന്മാത്രാ സമൂഹങ്ങളിൽ ഹൈഡ്രോകാർബൺ ഭാഗം മദ്ധ്യത്തിലേക്കും കാർബോക്സിലിക് ഭാഗം പുറത്തേക്കും ആയിരിക്കും (ചിത്രം Ia). തുണി സോപ്പുവെള്ളത്തിൽ മുക്കുമ്പോൾ തുണിയിലുള്ള അഴുക്ക് ഹൈഡ്രോകാർബൺ വലയത്തിനുള്ളിലാവുകയും കാർബോക്സിലിക് ഭാഗം ജലവുമായി ചേർന്നിരിക്കുന്നതാകയാൽ കഴുകി മാറ്റപ്പെടുകയും ചെയ്യും.

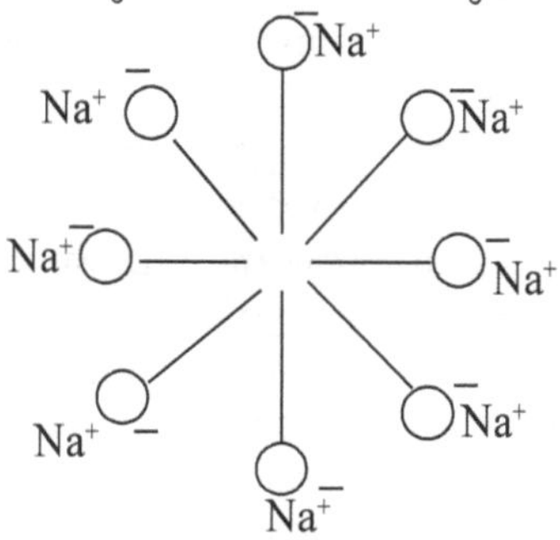

ചിത്രം Ia സോപ്പിന്റെ തന്മാത്രാ വലയം

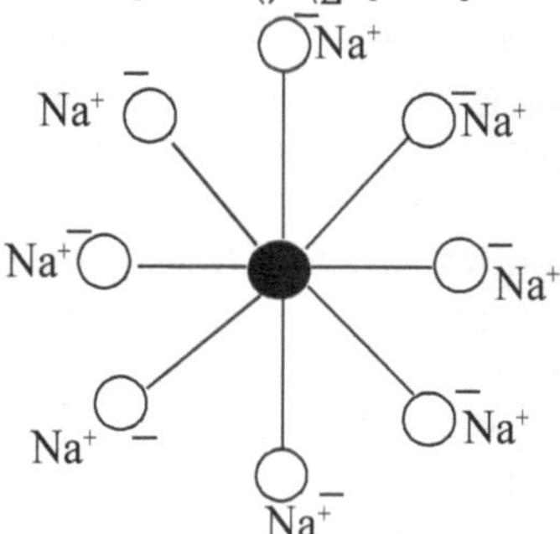

ചിത്രം Ib സോപ്പിന്റെ തന്മാത്രാ വലയത്തിൽ കുടുങ്ങിയ അഴുക്ക്

38. സോപ്പ് ഉപയോഗിച്ച് കൈ കഴുകുമ്പോൾ നമ്മുടെ കൈകൾ ശരിക്കും രോഗാണുവിമുക്തം ആകുന്നുണ്ടോ?

സാധാരണ സോപ്പ് പലതരത്തിലുള്ള ബാക്ടീരിയകളെയും നശിപ്പിക്കാൻ പര്യാപ്തമല്ല. അതുകൊണ്ട് അണുനാശകം എന്ന നിലയിൽ സോപ്പിന്റെ ഉപയോഗം ഫലപ്രദമല്ല. സോപ്പുകൊണ്ട് കൈ കഴുകുമ്പോൾ കൈകൾ തമ്മിലുള്ള ഉരസൽ മൂലം ബാക്ടീരിയകൾ കഴുകി മാറ്റപ്പെടുകയാണ് ചെയ്യുന്നത്.

നമ്മുടെ ത്വക്കിന്റെ ഉപരിതലത്തിൽ നിർജ്ജീവകോശങ്ങൾ കൂടാതെ ഉണങ്ങി പിടിച്ച വിയർപ്പ്, ബാക്ടീരിയകൾ, എണ്ണമയമുള്ള വിസർജ്ജ്യവസ്തുക്കൾ, പൊടി എന്നിവയാണ് കാണുന്നത്. സോപ്പ് ഇവയുമായി പ്രവർത്തിച്ച് എമൾഷൻ രൂപത്തിലാക്കി കഴുകി കളയുകയാണ് ചെയ്യുന്നത്. സാധാരണ നമ്മുടെ ദൈനംദിന പ്രവർത്തനത്തിൽ ത്വക്കിനെ പ്രത്യേകിച്ചു രോഗാണുവിമുക്തമാക്കേണ്ട ആവശ്യം ഇല്ല. എന്തെന്നാൽ ത്വക്കിൽ സ്വമേധയാ ഉള്ള ബാക്ടീരിയകൾക്ക് പുറമെ നിന്നും എത്തുന്ന ദോഷകാരികളായ ബാക്ടീരിയകളെ ചെറുത്തു നില്ക്കാനുള്ള കഴിവുണ്ട്. വിയർപ്പ് ഭക്ഷണമാക്കി വളരുന്ന ഈ ബാക്ടീരിയകൾ പുറമെ നിന്നും വരുന്ന രോഗാണുക്കളെ ഉള്ളിലേക്ക് പ്രവേശിപ്പിക്കാതെ തടഞ്ഞു നിർത്തുന്നു. ശരിക്കും ത്വക്ക് ബാക്ടീരിയകൾക്ക് ഒരു യുദ്ധഭൂമി ആണ്.

39. സോപ്പിന്റെ കവറിൽ T F M എന്നെഴുതിയിരിക്കുന്നതെന്താണ്?

Toal Fat Matter എന്നതിന്റെ ചുരുക്കപ്പേരാണ് T F M. ഓരോ ഉല്പന്നത്തിലും അടങ്ങിയിട്ടുള്ള ഘടകവസ്തുക്കളുടെ അളവ് ബ്യൂറോ ഓഫ് ഇന്ത്യൻ സ്റ്റാൻഡേർഡ് നിഷ്കർഷിച്ചിട്ടുണ്ട്. പായ്ക്കറ്റിന്റെ പുറത്ത് ഇത് രേഖപ്പെടുത്തണമെന്നും നിബന്ധന ഉണ്ട്. വിവിധഇനം സോപ്പുകളുടെ T F M അളവ് നിജപ്പെടുത്തിയിട്ടുള്ളതിൽ ടോയ്ലറ്റുസോപ്പുകളുടേത് 60 മുതൽ 80 ശതമാനം വരെ എന്നാണ് കണക്ക്. എന്നാൽ ഈ നിബന്ധന വൻകിട കമ്പനികൾപോലും പാലിക്കാറില്ല. ടോയ്ലറ്റ് സോപ്പ് എന്നതിനു പകരം 'Bathing Bar' എന്നു നാമകരണം ചെയ്ത സ്റ്റോക്ക് കമ്പോളത്തിൽ ഇറക്കുകയാണ് ചെയ്യുന്നത്.

40. വസ്ത്രങ്ങൾ ഡ്രൈക്ലീൻ ചെയ്യുന്നതെങ്ങനെ?

തുണിയിൽ പറ്റിച്ചേർന്നിരിക്കുന്ന അഴുക്ക് നാരുകളുടെ സ്വഭാവമനുസരിച്ച് രണ്ടു രീതിയിലാണ് കണ്ടുവരുന്നത്. അഴുക്ക് നേരിട്ട് തുണിയുടെ നാരുകളുടെ ഇടയിൽ പറ്റിച്ചേർന്നിരിക്കുകയോ തുണിയിൽ പറ്റുന്ന എണ്ണ, ഗ്രീസ് എന്നിവയുടെ മേൽ പറ്റി ഇരിക്കുകയോ ചെയ്യും. അഴു

ക്കിന്റെയും തുണിയുടെയും ഘടന അനുസരിച്ച് ഭൗതിക രാസമാറ്റങ്ങൾ നടക്കുന്നതിനാൽ ജലം ഉപയോഗിച്ചു കഴുകുമ്പോൾ അഴുക്ക് പൂർണ്ണമായി വേർപെട്ടു പോകുന്നില്ല.

കാർബൺ ടെട്രാക്ലോറൈഡ്, നാഫ്ത, ടെട്രാക്ലോറോഎഥിലീൻ, ബൻസീൻ തുടങ്ങിയ കാർബണിക ദ്രാവകങ്ങൾ ആണ് ഡ്രൈക്ലീനിങ്ങിന് ഉപയോഗിക്കുന്നത്. കൊഴുപ്പ്, ഗ്രീസ് തുടങ്ങിയവ കാർബണിക ദ്രാവകങ്ങളിൽ വേഗത്തിൽ ലയിക്കുന്നവയായതിനാൽ അഴുക്ക് ദ്രാവകത്തോടൊപ്പം ഇളകിമാറുന്നു. അഴുക്കു കലർന്ന ലായിനി ശുദ്ധീകരിച്ച് ലായകം വീണ്ടും ഉപയോഗിക്കാവുന്നതാണ്.

41. സോപ്പ്, ഷേവിങ് ക്രീം തുടങ്ങിയവ തനിയെ ഉപയോഗിക്കുമ്പോൾ ഉണ്ടാകുന്നതിനേക്കാൾ വളരെ കൂടുതൽ പത ഷേവിങ് ബ്രഷ് ഉപയോഗിക്കുമ്പോൾ ഉണ്ടാകുന്നു. എന്തുകൊണ്ട്?

ബ്രഷിന്റെ അറ്റത്ത് വളരെയധികം കനംകുറഞ്ഞ നാരുകൾ ഒന്നിച്ചുചേർത്ത് അടുക്കിവച്ചിട്ടുണ്ടല്ലോ? ഇവയ്ക്കിടയിൽ ധാരാളം വായു ഉൾക്കൊണ്ടിരിക്കും. സോപ്പുലായനിയിൽ മുക്കിയശേഷം ബ്രഷ് അങ്ങോട്ടും ഇങ്ങോട്ടും ചലിപ്പിക്കുമ്പോൾ ഈ വായുകോളങ്ങളിൽ ഭാഗികമായി സോപ്പുലായനി കയറുന്നു. ബ്രഷ് കൂടുതൽ ദൂരത്തിൽ നീക്കുമ്പോൾ തൊലിയോടു ചേർന്നിരിക്കുന്ന ലായനി ഒരു കനംകുറഞ്ഞ സ്തരം(thin film) ആയി മാറുന്നു. ബ്രഷിന്റെ തുടർന്നുള്ള ചലനം മൂലം ഈ സ്തരം അവിടവിടെ ആയി പൊട്ടുകയും വായു ഉള്ളിൽ കയറുന്നതുമൂലം ധാരാളം വായുകുമിളകൾ ഉണ്ടാകുകയും ചെയ്യുന്നു. വളരെയധികം നാരുകൾ ബ്രഷിലുള്ളതിനാൽ ധാരാളം വായുകുമിളകൾ ഉണ്ടാകുന്നതാണ് കൂടുതൽ പതയ്ക്കു കാരണം.

ബ്രഷ് ഉപയോഗിച്ച് പല്ലുതേക്കുമ്പോഴും തുണി അലക്കുമ്പോഴുമെല്ലാം കൂടുതൽ പത ഉണ്ടാകുന്നത് ഇതേ രീതിയിലാണ്.

42. സമുദ്രജലത്തിന്റെ ഉപ്പുരസം വിവിധ ഭാഗങ്ങളിൽ വ്യത്യസ്തമായി കാണുന്നതെന്തുകൊണ്ടാണ്?

സമുദ്രജലം എല്ലായിടത്തും ഉപ്പുരസമുള്ളതാണെങ്കിലും വിവിധ ഭാഗങ്ങളിലെ ജലത്തിൽ ലയിച്ചുചേർന്നിട്ടുള്ള ഉപ്പിന്റെ അളവ് ഒരുപോലെ ആയിരിക്കുകയില്ല. ഉഷ്ണമേഖലാപ്രദേശങ്ങളിൽ സൂര്യന്റെ ചൂട് കൂടുതലായി കിട്ടുന്നതിനാൽ സമുദ്രത്തിലെ ജലം കൂടുതൽ നീരാവി ആയി മാറുകയും അങ്ങനെ ജലത്തിലെ ഉപ്പിന്റെ അളവ് കൂടുകയും ചെയ്യും. എന്നാൽ മഞ്ഞുമലകളിൽ നിന്നും മഞ്ഞുപാളികൾ വൻതോതിൽ ഉരുകി സമുദ്രത്തിൽ ഒഴുകി എത്തുന്ന ഭാഗങ്ങളിൽ ജലത്തിന്റെ ഉപ്പുരസം കുറയാൻ കാരണമാകും. മഞ്ഞുരുകി എത്തുന്നത് ശുദ്ധജലം

ആയതിനാലാണിത്. അതുപോലെ തന്നെ ശുദ്ധജലം ഒഴുകി എത്തുന്ന വൻനദികൾ സമുദ്രത്തോടു ചേരുന്ന ഭാഗങ്ങളിലും സമുദ്രജലത്തിലെ ഉപ്പുരസം കുറഞ്ഞുകാണാറുണ്ട്.

43. അയൊഡൈഡസ്ഡ് ഉപ്പിന്റെ പായ്ക്കറ്റിൽ വാക്വം ഇവാപ്പറേറ്റഡ് (vaccum evaporated) എന്നു രേഖപ്പെടുത്തിയിട്ടുണ്ട്. എന്താണിത്?

ഒരു ദ്രാവകത്തിന്റെ വാതകമർദ്ദം താപനിലയുമായി ബന്ധപ്പെട്ടാണിരിക്കുന്നത്. താപനില കൂടുമ്പോൾ വാതകമർദ്ദം കൂടുകയും താപനില കുറയുമ്പോൾ വാതകമർദ്ദം കുറയുകയും ചെയ്യും. ഒരു ദ്രാവകം തിളയ്ക്കുന്നത് അതിന്റെ വാതകമർദ്ദം ബാഹ്യമർദ്ദത്തിനു തുല്യമാകുമ്പോഴാണ്. അതിനാൽ ബാഹ്യമർദ്ദം വ്യത്യാസപ്പെടുത്തി ദ്രാവകത്തിന്റെ തിളനില കൂട്ടുകയോ കുറയ്ക്കുകയോ ചെയ്യാവുന്നതാണ്.

സമുദ്രജലത്തിൽനിന്നും ഉപ്പ് നിർമ്മിക്കുന്നത് ബാഷ്പീകരണംമൂലം ജലം വേർതിരിച്ചിട്ടാണല്ലോ. അന്തരീക്ഷമർദ്ദത്തിൽ ജലത്തിന്റെ തിളനില $100^{o}C$ ആണ്. എന്നാൽ മർദ്ദം കുറയ്ക്കുകയാണെങ്കിൽ ഇതിലും വളരെ താഴ്ന്ന താപനിലയിൽ വെള്ളം തിളയ്ക്കുന്നതാണ്. ശൂന്യമർദ്ദത്തിൽ ബാഷ്പീകരണം നടത്തുന്നതിനാണ് "വാക്വം ഇവാപ്പറേഷൻ" എന്നു പറയുന്നത്. വളരെ കുറഞ്ഞ മർദ്ദത്തിൽ ബാഷ്പീകരണം നടത്തി വേർതിരിച്ചെടുക്കുന്നതുകൊണ്ടാണ് "വാക്വം ഇവാപ്പറേറ്റഡ്" എന്ന് പായ്ക്കറ്റിൽ രേഖപ്പെടുത്തിയിരിക്കുന്നത്. കുറഞ്ഞ താപനിലയിൽ ബാഷ്പീകരിച്ചു കിട്ടുന്ന ഉപ്പിൽ ജലാംശം വളരെ കുറവായിരിക്കും. കൂടാതെ ഉയർന്ന താപനിലയിൽ വിഘടനം സംഭവിക്കുന്നവയും കൂടുതൽ ബാഷ്പീകരണശീലമുള്ളവയുമായ ഘടകവസ്തുക്കൾ നഷ്ടപ്പെടാതെയും ഇരിക്കും. അയൊഡിൻ കൂടുതൽ ബാഷ്പീകരണശീലമുള്ള മൂലകം ആണ്. അയൊഡൈഡസ്ഡ് സാൾട്ടിൽ സാധാരണ ഉപ്പിൽ ഉള്ളതിനേക്കാൾ കൂടുതൽ അയൊഡിൻ അടങ്ങിയിരിക്കും. ഇത് നഷ്ടപ്പെടാതിരിക്കാനാണ് താണ മർദ്ദത്തിൽ ബാഷ്പീകരണം നടത്തുന്നത്.

44. ഉപ്പു ചേർക്കുമ്പോൾ മഞ്ഞുകട്ടയുടെ ദ്രവണാങ്കം കുറയുന്നു. എന്തുകൊണ്ട്?

ഒരു ദ്രാവകത്തിൽ ഏതെങ്കിലും ഒരു വസ്തു ലയിക്കുമ്പോൾ കിട്ടുന്ന ലായനിയുടെ ദ്രവണാങ്കം ശുദ്ധദ്രാവകത്തിന്റേതിനേക്കാൾ കുറവായിരിക്കും. മഞ്ഞുകട്ടയിൽ ഉപ്പു ചേർക്കുമ്പോൾ കുറച്ചു മഞ്ഞുകട്ട ഉരുകി ജലം ഉണ്ടാകുന്നു. ഈ ജലത്തിൽ ഉപ്പ് ലയിച്ചുണ്ടാകുന്ന ലായിനി $0^{o}C$ ലുള്ള മഞ്ഞുകട്ടയുമായി സന്തുലിതാവസ്ഥ (equilibrium)യിൽ നില്ക്കുകയില്ല. കൂടുതൽ മഞ്ഞുകട്ട ഉരുകുകയും ഇതിനുവേണ്ട താപം

ലായനിയിൽനിന്നും എടുക്കുന്നതിനാൽ താപനില കുറയുകയും ചെയ്യുന്നു. തുടർന്ന് കൂടുതൽ ഉപ്പ് ലയിക്കുകയും താപനില വീണ്ടും കുറയുകയും ചെയ്യും. താപനില $-21^{o}C$ ആകുന്നതുവരെ ഈ പ്രക്രിയ തുടരുന്നു. മഞ്ഞുകട്ട, ഉപ്പ്, പൂരിതലായിനി ഇവമൂന്നും സന്തുലിതാവസ്ഥയിൽ സ്ഥിതിചെയ്യുന്ന ഏറ്റവും കുറഞ്ഞ താപനിലയാണിത്. 23 ശതമാനം ഉപ്പ് ലയിച്ചു ചേർന്നിട്ടുള്ള ഈ താപനില 'യൂട്ടേക്റ്റിക് നില' (Eutectic point) എന്നാണറിയപ്പെടുന്നത്. ഈ തത്ത്വം ആസ്പദമാക്കിയാണ് ഫ്രീസിങ് മിക്സ്ച്ചറുകൾ നിർമ്മിക്കുന്നത്. ശൈത്യകാലത്ത് മഞ്ഞുമൂടിക്കിടക്കുന്ന റോഡുകളിൽ കറിയുപ്പ് വിതറുമ്പോൾ മഞ്ഞുരുകി മാറുന്നതും ഈ തത്ത്വം അനുസരിച്ചാണ്. സോഡിയം ക്ലോറൈഡിനേക്കാൾ ഫലപ്രദമായി ഉപയോഗിക്കാവുന്ന മറ്റൊരു ലവണം ആണ് കാൽസ്യം ക്ലോറൈഡ്. മോട്ടോർ വാഹനങ്ങളിൽ മഞ്ഞ് ഖനീഭവിക്കുന്നതു തടയാൻ ഈ ലവണങ്ങൾ ഉപയോഗിക്കാറില്ല. ഇവ യന്ത്രഭാഗങ്ങളെ കേടുവരുത്തുന്നവയാണ്. വാഹനങ്ങളിൽ സാധാരണയായി ഉപയോഗിക്കുന്നത് എഥിലീൻ ഗ്ലൈക്കോൾ (Ethylene Glycol) ആണ്.

45. ഗ്ലൂക്കോസ് ജലത്തിൽ ലയിക്കുമ്പോൾ തണുപ്പ് അനുഭവപ്പെടുന്നതെന്തുകൊണ്ട്?

രണ്ടു വസ്തുക്കൾ തമ്മിൽ ലയിക്കുന്നത് അവയുടെ തന്മാത്രകൾ തമ്മിലുള്ള പ്രതിപ്രവർത്തനം മൂലമാണ്. വസ്തുക്കളുടെ ലയനപ്രക്രിയ തന്മാത്രാഘടന അനുസരിച്ച് താപം ആഗിരണം ചെയ്യുന്നതോ (Endothermic താപശോഷകം) താപം വികിരണം ചെയ്യുന്നതോ (Exothermic താപപോഷകം) ആകാം. ക്രിസ്റ്റലീയ പദാർത്ഥമായ ഗ്ലൂക്കോസ് വെള്ളത്തിലിടുമ്പോൾ ആദ്യമായി അതിന്റെ ക്രിസ്റ്റലുകൾക്ക് വിഘടനം സംഭവിക്കുന്നു. ഇതിന് ആവശ്യമായ ഊർജ്ജം വെള്ളത്തിൽ നിന്നും എടുക്കുന്നു. അതുകൊണ്ടാണ് താപനില കുറഞ്ഞ് തണുപ്പ് തോന്നുന്നത്.

ഉപ്പ് വെള്ളത്തിൽ ലയിക്കുമ്പോഴും താപം ആഗിരണം ചെയ്യുന്നുണ്ടെങ്കിലും സോഡിയം അയോണും ക്ലോറൈഡ് അയോണും ജലവുമായി പ്രവർത്തിക്കുമ്പോൾ താപവികിരണം നടക്കുന്നതിനാൽ താപനിലയിൽ വലിയ മാറ്റം സംഭവിയ്ക്കുന്നില്ല. എന്നാൽ സോഡിയം കാർബണേറ്റ് സോഡിയം ഹൈഡ്രോക്സൈഡ് എന്നിവയുടെ ജലവുമായുള്ള പ്രവർത്തനം കൂടുതൽ താപവികിരണ സ്വഭാവമുള്ളതാകയാൽ ഇവ ലയിക്കുമ്പോൾ കൂടുതൽ ചൂട് ഉണ്ടാകുന്നു.

46. ഉപ്പ്, പഞ്ചസാര എന്നിവ ജലത്തിൽ വേഗം ലയിക്കുന്നു. എന്നാൽ എണ്ണയിൽ ലയിക്കുന്നില്ല. കാരണം എന്ത്?

രണ്ടു വസ്തുക്കൾ സംയോജിച്ച് ഒരു ലായനി ഉണ്ടാകുമ്പോൾ

ലേയം (Solute) തന്മാത്രകളായി വേർപെടുകയും ഇവ ലായക (Solvent) തന്മാത്രകളുടെ ഇടയിലേക്ക് വ്യാപിക്കുകയും ചെയ്യും. ഇതു നടക്കണമെങ്കിൽ ലായക-ലേയ തന്മാത്രകൾ തമ്മിലുള്ള ആകർഷണ ബലം ലായക-ലായക തന്മാത്രകൾ തമ്മിലുള്ള ആകർഷണ ബലത്തേക്കാൾ കൂടുതലായിരിക്കണം. അതിനാൽ വസ്തുക്കളുടെ ഘടന അനുസരിച്ച് ലേയത്വ സ്വഭാവവും വ്യത്യസ്തമായിരിക്കും. പൊതുവെ പറഞ്ഞാൽ സമാനസ്വഭാവമുള്ള വസ്തുക്കൾ തമ്മിൽ പൂർണ്ണമായി ലയിക്കുകയും വിപരീത സ്വഭാവമുള്ളവ ലയിക്കാതിരിക്കുകയും ചെയ്യും.

പഞ്ചസാര ഒരു ധ്രുവീയസഹസംയോജകം (Polar Covalent) ആണ്. ഉപ്പ് അഥവാ സോഡിയം ക്ലോറൈഡ് ഒരു അയോണിക സംയുക്തവും ആണ്. ഇവയുടെ തന്മാത്രകൾ വൈദ്യുതചാർജ്ജ് ഉള്ള അയോണുകളായി വിഘടിക്കാൻ കഴിവുള്ളവയാണ്. ജല തന്മാത്രകളും ഇതേ സ്വഭാവം കാണിക്കുന്നവയാണ്. സമാന സ്വഭാവമുള്ള വസ്തുക്കളാകയാൽ ഉപ്പും പഞ്ചസാരയും ജലത്തിൽ വേഗം ലയിച്ചു ചേരുന്നു. എണ്ണകളും കൊഴുപ്പുകളും ധ്രുവീയസ്വഭാവം തീരെ ഇല്ലാത്ത (non-polar) വസ്തുക്കളാണ്. അതിനാൽ ധ്രുവീയ സ്വഭാവമുള്ള ഉപ്പ്, പഞ്ചസാര തുടങ്ങിയവ ലയിക്കുന്നില്ല.

47. വെള്ളം തിളപ്പിക്കുമ്പോൾ രുചി നഷ്ടപ്പെടുന്നതെന്തുകൊണ്ട്?

പ്രകൃതിയിൽനിന്നും ലഭിക്കുന്ന ജലത്തിൽ ഓക്സിജൻ, കാർബൺ ഡൈ ഓക്സൈഡ് തുടങ്ങിയ വാതകങ്ങളും കാൽസ്യം, മഗ്നീഷ്യം, ഇരുമ്പ് തുടങ്ങിയ ലോഹങ്ങളുടെ ലവണങ്ങളും ലയിച്ചു ചേർന്നിട്ടുണ്ട്. ഉറവിടത്തിന്റെ ഘടന അനുസരിച്ച് വ്യത്യസ്ത അളവിൽ കാണുന്ന ഈ ലവണങ്ങൾ ജലത്തിന് പ്രത്യേക രുചി നൽകുന്നു. കൂടാതെ ഇവ ഘനത്വ (Hardness) ത്തിന് കാരണമാകാറുണ്ട്. വെള്ളം തിളപ്പിക്കുമ്പോൾ ലയിച്ചുചേർന്നിട്ടുള്ള വാതകങ്ങൾ വേർപെടുകയും ലവണങ്ങൾ അലേയ വസ്തുക്കളായി മാറുകയും ചെയ്യും. ഇക്കാരണത്താൽ തിളപ്പിക്കുമ്പോൾ വെള്ളത്തിന് രുചി നഷ്ടപ്പെടുന്നു.

48. തടികൊണ്ടുള്ള ജനാലകളും വാതിലുകളും മഴക്കാലത്ത് ചേർത്തടയ്ക്കാൻ പറ്റുന്നില്ല. എന്താണ് കാരണം?

ഉണങ്ങിയ തടിക്കഷണം, കായ്കൾ എന്നിവ വെള്ളത്തിൽ ഇട്ടിരുന്നാൽ അവ കുതിർന്ന് വലുതാകുമല്ലോ. ഇവയുടെ കോശങ്ങൾ ജലം ആഗിരണം ചെയ്യുന്നതുകൊണ്ടാണ് ഇങ്ങനെ സംഭവിക്കുന്നത്. ഇപ്രകാരം ജലം ആഗിരണം ചെയ്യുന്നതിനുള്ള കാരണം ജീവനുള്ള കോശങ്ങളിലും ജീവനില്ലാത്ത കോശങ്ങളിലും കാണുന്ന ഹൈഡ്രോഫിലിക് കൊളോയ്ഡുകൾ (Hydrophyllic Colloids) ആണ്. തടിയിലുള്ള സെല്ലുലോസ്, സ്റ്റാർച്ച്, പെക്ടിൻ എന്നിവയെല്ലാം ഇത്തരത്തിൽപ്പെ

ട്ടവയാണ്. ഉണങ്ങിയ തടിയിൽ കൂടുതലും ജിവനില്ലാത്ത കോശങ്ങളാണ്. ഇവയുടെ ഭിത്തികളിൽ ധാരാളം സുഷിരങ്ങൾ ഉള്ളതിനാൽ അന്തരീക്ഷത്തിലെ മാറ്റങ്ങൾക്കനുസരിച്ച് ജലം ആഗിരണം ചെയ്യുകയോ പുറത്തേക്ക് വിടുകയോ ചെയ്യും. മഴക്കാലത്ത് അന്തരീക്ഷത്തിൽ നീരാവിയുടെ അളവ് വളരെ കൂടി ഇരിക്കുന്നതിനാൽ തടി ചുറ്റുപാടിൽ നിന്നും ജലം ആഗിരണം ചെയ്ത് വികസിക്കുന്നു. കതകിനും അതിന്റെ ഫ്രെയിമിനും ഇടയ്ക്കുള്ള സ്ഥലം കുറവാണെങ്കിൽ കതക് ചേർത്തടയ്ക്കാൻ പറ്റാതെ വരുന്നു.

ഇടയ്ക്കിടെ കതകുകൾ പെയിന്റു ചെയ്യുന്നതുകൊണ്ട് തടി ജലം ആഗിരണം ചെയ്യുന്നത് കുറയ്ക്കാവുന്നതാണ്.

49. ജല ശുദ്ധീകരണത്തിൽ സിയോലൈറ്റി (Zeolite)ന്റെ പ്രവർത്തനം എങ്ങനെ?

ജലത്തിൽ ലയിച്ചു ചേർന്നിട്ടുള്ള ലോഹ അയോണുകളെ വേർതിരിക്കാനാണ് സിയോലൈറ്റ് ഉപയോഗിക്കുന്നത്. സിയോലൈറ്റ് അഥവാ പെർമ്യൂട്ടിറ്റ് (Permutit) എന്നറിയപ്പെടുന്ന വസ്തു സോഡിയം അലൂമിനിയം സിലിക്കേറ്റ് ആണ്. ഇതിൽ അടങ്ങിയിട്ടുള്ള സോഡിയം മറ്റു ലോഹങ്ങളുമായി കൈമാറ്റൽ പ്രക്രിയ (exchange reaction) നടത്താൻ കഴിവുള്ളവയാണ്. വെള്ളത്തിൽ ലയിച്ചുചേർന്നിട്ടുള്ള ലോഹ അയോണുകൾ ഡിയോലൈറ്റ് ആഗിരണം ചെയ്യുകയും പകരം സോഡിയം അയോണുകളെ ജലത്തിലേക്ക് വിടുകയും ചെയ്യും. അങ്ങനെ ശുദ്ധീകരിക്കേണ്ട ജലം പെർമ്യൂട്ടിറ്റിൽ കൂടി കടത്തിവിടുമ്പോൾ അതിൽ ലയിച്ചു ചേർന്നിട്ടുള്ള കാൽസ്യം, മഗ്നീഷ്യം തുടങ്ങിയ ലോഹഅയോണുകൾ മാറ്റപ്പെടുകയും പകരം ദോഷരഹിതമായ സോഡിയം അയോണുകൾ ജലത്തിൽ ചേരുകയും ചെയ്യുന്നു. ഡിയോലൈറ്റിൽനിന്നും മുഴുവൻ സോഡിയം അയോണുകളും മാറിക്കഴിയുമ്പോൾ അതിന്റെ പ്രവർത്തനം നിലയ്ക്കുന്നതാണ്. പക്ഷേ, ഇതു വീണ്ടും പ്രവർത്തനക്ഷമമാക്കുന്നതിന് സോഡിയം ക്ലോറൈഡുലായനി കടത്തിവിട്ടാൽ മതിയാകും. ഈ സമയം നേരേ വിപരീതപ്രക്രിയ നടക്കുന്നതിനാൽ സോഡിയം അലൂമിനിയം സിലിക്കേറ്റ് വീണ്ടും നിർമ്മിക്കപ്പെടുന്നു. ഇങ്ങനെ ജലശുദ്ധീകരണം തുടരാവുന്നതാണ്.

50. ഘനജലം (Hard water) തുടർച്ചയായി ഉപയോഗിക്കുമ്പോൾ ബോയിലറുകളിലും തിളപ്പിക്കാൻ ഉപയോഗിക്കുന്ന മറ്റുപാത്രങ്ങളിലും അരിപ്പകളിലും അടുക്കുകളായി ഖരവസ്തു അടിഞ്ഞു കൂടുന്നു. കാരണം എന്ത്?

ഘനജലത്തിൽ കാൽസ്യം, മഗ്നീഷ്യം, ഇരുമ്പ് എന്നീ ലോഹങ്ങളുടെ ലവണങ്ങൾ ലയിച്ചുചേർന്നിട്ടുണ്ട്. സാധാരണയായി ഇവയുടെ ബൈ കാർബണേറ്റ് ക്ലോറൈഡ്, സൾഫേറ്റ് എന്നീ ലവണങ്ങളാണ്

കണ്ടുവരുന്നത്. തിളപ്പിക്കുമ്പോൾ ജലം നീരാവിയായി മാറുന്നതിനാൽ അതിൽ ലയിച്ചുചേർന്നിട്ടുള്ള ലവണങ്ങളുടെ അളവ് കൂടുകയും തുടർന്ന് ജലം ഇവയുടെ പൂരിതലായിനി ആയിത്തീരുകയും ചെയ്യും. തുടർന്നും ബാഷ്പീകരണം നടക്കുമ്പോൾ ലയിക്കാതെ വരുന്ന ലവണങ്ങൾ പാത്രത്തിന്റെ ഉൾവശത്ത് അടിഞ്ഞുകൂടുന്നു. ഇത് ബോയിലറുകൾക്കുള്ളിൽ ഉറച്ച് കട്ടിയുള്ള അടുക്കുകളായി പറ്റി ഇരിക്കും. ഇത് ബോയ്ലർ സ്ഫോടനത്തിനും ഇന്ധനക്ഷമത കുറയ്ക്കുന്നതിനും കാരണമാകും. അതുകൊണ്ട് ബോയിലറുകളിൽ ഉപയോഗിക്കുമ്പോൾ ഘനജലം പ്രത്യേക പ്രക്രിയകൾക്ക് വിധേയമാക്കി അതിൽ അടങ്ങിയിട്ടുള്ള ലവണങ്ങളെ മാറ്റേണ്ടതാവശ്യമാണ്.

51. ഭക്ഷ്യവസ്തുക്കൾ വറുക്കുന്നതിന് എണ്ണയ്ക്കുപകരം എന്തുകൊണ്ട് ജലം ഉപയോഗിക്കുന്നില്ല?

ഭക്ഷ്യവസ്തുക്കളിലെല്ലാം ധാരാളം ജലം അടങ്ങിയിട്ടുണ്ട്. ഈ ജലം മാറ്റി കിട്ടുന്നതിനാണ് വറുക്കുന്നത്. ജലത്തിന്റെ തിളനിലയേക്കാൾ കൂടിയ തിളനില ഉള്ള ദ്രാവകം ഉപയോഗിച്ചാൽ മാത്രമേ ജലാംശം പൂർണ്ണമായും നഷ്ടപ്പെട്ട് കറുമുറെ വറുത്തുകിട്ടുകയുള്ളൂ. എണ്ണയുടെ തിളനില ജലത്തിന്റേതിനേക്കാൾ കൂടുതലാണ്. എണ്ണ ഉപയോഗിക്കുമ്പോൾ ഭക്ഷ്യവസ്തുക്കൾ കരിഞ്ഞുപോകാതെ $150^{o}C$ മുകളിൽ വരെ താപനില കിട്ടുന്നു. ജലം ഉപയോഗിച്ചാൽ $100^{o}C$ വരെ മാത്രമേ താപനില ഉയരുകയുള്ളൂ. തുടർന്ന് മാദ്ധ്യമമായി ഉപയോഗിക്കുന്ന ജലം തന്നെ തിളച്ചുവറ്റുന്നു.

52. പൂരി ഉണ്ടാക്കുമ്പോൾ മാവ് പൊങ്ങി വീർത്തുവരുന്നതെന്തുകൊണ്ട്?

മാവ് വെള്ളം ചേർത്ത് കുഴച്ചു മയപ്പെടുത്തി ആണല്ലോ പൂരി ഉണ്ടാക്കുന്നത്. ഇത് തിളയ്ക്കുന്ന എണ്ണയിലേക്ക് ഇടുമ്പോൾ താപനില ഏതാണ്ട് $150^{o}C$ എങ്കിലും ആയിരിക്കും. ജലത്തിന്റെ താപനില $100^{o}C$ ആയതിനാൽ മാവിലുള്ള ജലം പെട്ടെന്നുതന്നെ നീരാവിയായി മാറും. ഈ നീരാവിക്ക് ദ്രാവകാവസ്ഥയിലുള്ള ജലത്തേക്കാൾ വ്യാപ്തം കൂടുതൽ ആയതിനാലാണ് മാവ് പൊങ്ങി വീർത്തു വരുന്നത്.

55. കനം കുറഞ്ഞ ഗ്ലാസ്ടംബ്ളറിൽ നല്ല ചൂടുവെള്ളം ഒഴിക്കുമ്പോൾ ഗ്ലാസ് പൊട്ടുന്നതെന്തുകൊണ്ട്?

ഗ്ലാസ് ഒരു നല്ല താപവാഹകം അല്ല. നല്ല ചൂടുള്ള വെള്ളം ടംബ്ളറിൽ ഒഴിക്കുമ്പോൾ വെള്ളവുമായി നേരിട്ട് സമ്പർക്കത്തിൽ വരുന്ന ഉൾവശം പെട്ടെന്ന് വികസിക്കുന്നു. അകത്തുള്ള വെള്ളത്തിന്റെ ചൂട് ഗ്ലാസിന്റെ പുറകുവശത്തേക്ക് വ്യാപിക്കാൻ കുറച്ചുസമയം എടുക്കുന്നതി

നാൽ ആ വശം ഉൾവശത്തിനൊപ്പം വികസിക്കുന്നില്ല. തൽഫലമായി ഗ്ലാസ് പൊട്ടുന്നു.

54. പ്ലാസ്റ്റിക് വളരെനാൾ വെയിലത്ത് ഇട്ടിരുന്നാൽ വേഗം പൊട്ടി പൊടിയുന്നു. കാരണം എന്ത്?

പ്ലാസ്റ്റിക് ഒരു പോളിമർ ആണ്. വളരെ അധികം ചെറിയ തന്മാത്രകൾ രാസപ്രക്രിയയിലൂടെ സംയോജിപ്പിച്ച് ഉണ്ടാക്കുന്ന ഒരു ബൃഹത് തന്മാത്രയാണിത്. ഇവയുടെ കെട്ടുപിണഞ്ഞു കിടക്കുന്ന നീണ്ട പോളിമർ തന്മാത്രകളെ യോജിപ്പിച്ചു നിർത്തുന്നത് വളരെ ശക്തികുറഞ്ഞ വാൻ ഡെർ വാൾസ് ബലം (Van der waals force) ആണ്. ഇവ വേർപെടുത്തുന്നതിന് വളരെ കുറച്ച് ഊർജ്ജം മാത്രമേ ആവശ്യമുള്ളൂ. സൂര്യപ്രകാശത്തിന്റെ ഊർജ്ജത്തിൽ ഈ ആകർഷണം നഷ്ടപ്പെടുന്നതുകൊണ്ടാണ് പ്ലാസ്റ്റിക് വെയിലത്തിട്ടിരുന്നാൽ വേഗത്തിൽ പൊടിഞ്ഞുപോകുന്നത്.

55. ബുള്ളറ്റ് പ്രൂഫ് ഗ്ലാസ് എന്നാൽ എന്ത്?

ബുള്ളറ്റ് പ്രൂഫ് ഗ്ലാസ് ഉണ്ടാകുന്നത് സിലിക്കൺ നൈട്രൈഡ് പോലുള്ള ദൃഢത ഏറിയ സിറാമിക്സ് (high strength ceramics), അതീവ കാഠിന്യമുള്ള സ്റ്റീൽ (dual hardness steel), നിരവധി അടുക്കുകളായി ചേർത്ത് ഭാരമുള്ള നൈലോൺ തുണി എന്നിവ ചേർത്താണ്. വളരെ കാഠിന്യമുള്ള സിറാമിക്സ് വെടിയുണ്ടയെ പെട്ടെന്ന് തടുത്തു നിർത്തുന്നു. വെടിയുണ്ട ഏല്ക്കുന്ന സ്ഥാനത്തെ ഏതാനും ലെയറുകൾ ആഘാതത്തിൽ നശിക്കുകയും അതിന്റെ ഊർജ്ജം വിതരണം ചെയ്യപ്പെടുകയും ചെയ്യുന്നതിനാൽ വെടിയുണ്ട ഉള്ളിലേക്ക് തുളച്ചുകയറുന്നില്ല. പതിനാറുമുതൽ ഇരുപത്തിനാലുവരെ അടുക്കുകളിൽ നൈലോൺ തുണി ഒന്നിച്ചു ചേർത്തുണ്ടാക്കുന്ന സംരക്ഷണ കവചം തിരിച്ചറിയാൻ പറ്റാത്തവിധംഡ്രസിനുള്ളിൽ ധരിക്കാവുന്നതാണ്. പതിനാറു ലെയറുകളുള്ളവ സാധാരണ തോക്കിൽനിന്നും ഉള്ള ഉണ്ടകളും ഇരുപത്തിനാലു ലെയറുകൾ ഉള്ളവ വളരെ ശക്തിയേറിയ മെഷീൻ ഗണ്ണിൽനിന്നും ഉള്ള ഉണ്ടയും തടുത്തു നിർത്താൻ ശക്തി ഉള്ളവയാണ്.

56. കോളയും അതുപോലുള്ള മറ്റു പാനീയങ്ങളും തുറക്കുമ്പോൾ കുപ്പിയിൽനിന്നും ധാരാളം പത ഉണ്ടാകുന്നു. ഇത് ഒരു രാസമാറ്റം ആണോ?

ഇത്തരം പാനീയങ്ങളെല്ലാം കാർബൺ ഡൈ ഓക്സൈഡിന്റെ അതിപൂരിത ലായനികളാണ്. ഇവയിൽ സാധാരണ മർദ്ദത്തിൽ ലയിച്ചു ചേരുന്നതിനേക്കാൾ വളരെ കൂടുതൽ കാർബൺ ഡൈ ഓക്സൈഡ് അടങ്ങിയിട്ടുണ്ട്. പെട്ടെന്ന് കുപ്പി തുറക്കുമ്പോൾ അധികമർദ്ദത്തിൽ

ലയിപ്പിച്ചിട്ടുള്ള വാതകം പുറത്തേക്ക് നിർഗ്ഗമിക്കന്നതു മൂലം ആണ് പതഞ്ഞുപൊങ്ങുന്നത്. പുറത്തുള്ള മർദ്ദം കുപ്പിക്കുള്ളിലെ മർദ്ദത്തേക്കാൾ കുറവായതുകൊണ്ടാണ് ഇങ്ങനെ സംഭവിക്കുന്നത്.

ഇത് ഒരു രാസമാറ്റം അല്ല.

57. ചൂടുള്ള പാൽ തുറന്നു വച്ചിരുന്നാൽ ഉപരിതലത്തിൽ ഒരു പാട ഉണ്ടാകുന്നു. എന്താണ് കാരണം?

ചൂടുപാൽ തണുക്കുമ്പോൾ ഉപരിതലത്തിൽ ഉണ്ടാകുന്ന പാട പാലിൽ അടങ്ങിയിട്ടുള്ള കൊഴുപ്പാണ്. ചൂടാക്കാത്ത പാലിൽ പ്രോട്ടീൻ, ഫോസ്ഫോലിപ്പിഡ് എന്നിവയുടെ ഒരു നേർത്ത സ്തരത്താൽ ആവരണം ചെയ്യപ്പെട്ടാണ് കൊഴുപ്പുകണികകൾ കാണുന്നത്. ചൂടാക്കുമ്പോൾ ഈ ആവരണം വേർപെടുന്നതിനാൽ കൊഴുപ്പ് കണികകൾ സ്വതന്ത്രമാവുന്നു. കൊഴുപ്പിന്റെ ആപേക്ഷികസാന്ദ്രത മറ്റു ഘടകവസ്തുക്കളുടേതിനേക്കാൾ കുറവായതിനാൽ ഇത് ഉപരിതലത്തിലേക്കു വന്ന് തണുത്ത് പാടപോലെയാകുന്നു. ചൂടുള്ള പാൽ തുടർച്ചയായി ഇളക്കിക്കൊണ്ടിരുന്നാൽ പാട ഉണ്ടാവുകയില്ല. തുടർച്ചയായി ഇളക്കുമ്പോൾ കൊഴുപ്പ് എല്ലാ ഭാഗത്തും ഒരുപോലെ വിന്യസിക്കപ്പെടുന്നതിനാൽ ഉപരിതലത്തിലേക്ക് വന്ന് തണുത്ത് പാടയാവുകയില്ല. ചൂടുള്ള പാൽ അനക്കാതെ വച്ചിരുന്നാൽ കൊഴുപ്പും പാലും രണ്ടുലെയറുകളിലായി വേർതിരിയുന്നതാണ്.

58. പാൽ തിളച്ചുതൂകുന്നതെന്തുകൊണ്ട്? വെള്ളം ഇതുപോലെ തിളച്ചു തൂകുന്നില്ല. എന്താണിതിനു കാരണം?

പാൽ 83 ശതമാനം ജലവും 5 ശതമാനം പ്രോട്ടീനുകളും 7 ശതമാനം കൊഴുപ്പും 5 ശതമാനം പഞ്ചസാരയും അടങ്ങിയ ഒരു മിശ്രിതം ആണ്. ഇതിലെ കൊഴുപ്പും പ്രോട്ടീനുകളും സാന്ദ്രത കുറഞ്ഞവയായതിനാൽ പാൽ തിളയ്ക്കുമ്പോൾ ജലകുമിളകളുടെ തള്ളൽമൂലം മുകളിലേക്ക് ഉയർന്ന് ഒരു പാടപോലെ ഉപരിതലത്തിൽ പൊങ്ങിക്കിടക്കുന്നു. അടിയിൽ നിന്നും നീരാവിയുടെ തള്ളൽ കൂടുതലായി ഉണ്ടാകുമ്പോൾ ഈ പാട പൊങ്ങിവന്ന് പുറത്തേക്ക് മറിയുന്നു.

ശുദ്ധമായ വെള്ളം തിളയ്ക്കുമ്പോൾ മുകളിലേക്ക് വരുന്ന നീരാവി നിറഞ്ഞ കുമിളകൾ ഉപരിതലത്തിൽ വച്ചുതന്നെ പൊട്ടുന്നതിനാൽ വെള്ളം തിളച്ചു തൂവുകയില്ല.

59. തൈര് കടയുമ്പോൾ വെണ്ണ വേർതിരിഞ്ഞു വരുന്നതെന്തുകൊണ്ട്?

പാലിൽ അടങ്ങിയിട്ടുള്ള കൊഴുപ്പ് 4 മുതൽ 10 മൈക്രോൺ വരെ വ്യാസമുള്ള കണികകളായിട്ടാണ് കാണുന്നത്. ഈ കണികകളെ

ആവരണം ചെയ്യുന്ന പ്രോട്ടീൻ, ഫോസ്ഫോലിപ്പിഡ് എന്നിവയുടെ ഒരു സംരക്ഷണ വലയം ഉണ്ട്. ഈ വസ്തുക്കളിൽ ഒരേ തന്മാത്രയിൽതന്നെ വിപരീതചാർജ്ജുകൾ കാണുന്നു. ഈ ചാർജ്ജ് മൂലം ആണ് പാൽ ഒരു കൊളോയ്ഡായി കാണുന്നത്. പാൽ ഫെർമന്റേഷൻ മൂലം തൈര് ആയി മാറുമ്പോഴും ഈ അവസ്ഥയ്ക്ക് മാറ്റം വരുന്നില്ല. എന്നാൽ തൈര് കടയുമ്പോൾ പുറമെയുള്ള സംരക്ഷണവലയം വേർപെടുന്നതിനാൽ കൊഴുപ്പു കണികകൾ ഒന്നിച്ചു കൂടുന്നു. തുടർന്നുള്ള കടച്ചിൽ മൂലം ആപേക്ഷിക സാന്ദ്രത കുറഞ്ഞ കൊഴുപ്പ് മുകളിലേക്ക് പൊങ്ങി വരുന്നു.

60. ചില പാനീയങ്ങൾ കുടിക്കുമ്പോൾ ഉണർവ്വും ഉന്മേഷവും തോന്നുന്നതെന്തുകൊണ്ട്?

മിക്കവാറും പാനീയങ്ങളിലെല്ലാം ഉത്തേജകവസ്തുക്കളായ ആൽക്കലോയിഡുകൾ അടങ്ങിയിരിക്കും. ഉദാഹരണമായി കാപ്പി, ചായ, കൊക്കോ, മിൽക്ക് ചോക്കലേറ്റ്, കോള പാനീയങ്ങൾ എന്നിവയിലെല്ലാം കഫീൻ അടങ്ങിയിട്ടുണ്ട്. തേയിലയിൽ തിയോഫിലിനും കൊക്കോയിൽ കോകെയിൻ എന്ന ആൽക്കലോയിഡും കാണുന്നുണ്ട്. ഇവയെല്ലാം പൊതുവെ മീഥൈൽ സ്സാമ്തൈനുകൾ (Methyl Xanthines) എന്നാണറിയപ്പെടുന്നത്. ഇവയെല്ലാം ചില പൊതുസ്വഭാവങ്ങൾ ഉള്ളവയാണ്. മാംസപേശികൾക്ക് അയവുവരുത്തുക (പ്രത്യേകിച്ചും ശ്വാസനാളത്തിലെ), നാഡീവ്യൂഹത്തെയും ഹൃദയധമനികളെയും ഉത്തേജിപ്പിക്കുക, വൃക്കകളുടെ പ്രവർത്തനം ത്വരിതപ്പെടുത്തുക എന്നീ പ്രവർത്തനങ്ങൾ ഇവമൂലം സാധിക്കുന്നു. തൽഫലമായി കൂടുതൽ മൂത്രം വിസർജ്ജിക്കപ്പെടുകയും, കാഴ്ച, കേൾവി എന്നിവയെ ഉത്തേജിപ്പിക്കുകയും ക്ഷീണം കുറയുകയും പൊതുവെ ഉന്മേഷം വർദ്ധിക്കുകയും ചെയ്യും. ഇത്തരം പാനീയങ്ങൾ കുടിക്കുമ്പോൾ കിട്ടുന്ന ഉന്മേഷം കുറച്ചു സമയത്തേക്കു മാത്രമേ നില്ക്കുകയുള്ളൂ. കൂടിപ്പോയാൽ ഒരു മണിക്കൂർ നേരത്തേക്കു മാത്രം. അമിതമായ അളവിലും തുടർച്ചയായും ഈ പാനീയങ്ങൾ ഉപയോഗിക്കുന്നത് പല ആരോഗ്യ പ്രശ്നങ്ങൾക്കും കാരണമാകുന്നതാണ്.

61. സാധാരണ അന്തരീക്ഷ ഊഷ്മാവിൽ തേൻ വളരെക്കാലം കേടാകാതെ ഇരിക്കുന്നു. എന്താണ് ഇതിനു കാരണം?

ജലം ഒട്ടുംതന്നെ ഇല്ലാത്ത ഒരു വസ്തുവാണ് തേൻ. കൂടുതലും പഞ്ചസാരകൾ ആണ് ഇതിലെ ഘടകവസ്തുക്കൾ. ജലാംശവുമായി സമ്പർക്കമുണ്ടായാൽതന്നെ ഓസ്മോസിസ് മൂലം ജലത്തെ ഉള്ളിലേക്ക് വലിക്കുന്നതിനാൽ ബാക്ടീരിയകളുടെ നിർജ്ജലീകരണം നടക്കുകയും അവയുടെ പ്രവർത്തനക്ഷമത നശിച്ച് നിർവീര്യമാക്കപ്പെടുകയും ചെയ്യുന്നു. കൂടാതെ തേനീച്ചയിൽനിന്നും ഒരിനം എൻസൈമുകൾ തേനിൽ കലരാനിടയാകുന്നു. ഈ എൻസൈമുകൾ ഉല്പാദിപ്പിക്കുന്ന

ഫ്രീറാഡിക്കലുകളുടെ പ്രവർത്തനംമൂലം ഉണ്ടാകുന്ന ഹൈഡ്രജൻ പെറോക്സൈഡ് അണുനാശകമായി പ്രവർത്തിക്കുകയും ചെയ്യുന്നു. മുറിവിനുള്ള ഔഷധമായി തേൻ ഉപയോഗിക്കുന്നതും ഇതേ കാരണത്താലാണ്.

62. തേനിൽ മായം ചേർന്നിട്ടുണ്ടോ എന്ന് എങ്ങനെ കണ്ടുപിടിക്കാം?

സാധാരണയായി തേനിൽ കലർത്തുന്നത് സിറപ്പുരൂപത്തിലാക്കിയ ശർക്കരയാണ്. ഒരു ഗ്ലാസിൽ നിറയെ വെള്ളം എടുത്ത് അതിലേക്ക് ഒരു ടേബിൾസ്പൂൺ തേൻ ഒഴിക്കുക. ഗ്ലാസ് ചെറുതായി ഒന്ന് അനക്കുക (ഇളക്കാൻ പാടില്ല). തേൻ പൂർണ്ണമായും ലയിച്ചു ചേരുന്നുവെങ്കിൽ അതിൽ മായം ചേർന്നിട്ടുണ്ട്. ശുദ്ധമായ തേൻ ഒന്നിച്ചുകൂടി വെള്ളത്തിനടിയിൽ തന്നെ നില്ക്കും.

63. ആൽക്കഹോൾ കുടിക്കുമ്പോൾ കിട്ടുന്ന "Empty Calorie" എന്നാൽ എന്ത്?

ആൽക്കഹോൾ എന്ന പദംകൊണ്ട് ഇവിടെ ഉദ്ദേശിക്കുന്നത് ഈഥൈൽ ആൽക്കഹോൾ ചേർന്ന പാനീയങ്ങളെ ആണ്. പഞ്ചസാരയോ കാർബോഹൈഡ്രേറ്റുകളോ യീസ്റ്റ് ഉപയോഗിച്ച് ഫെർമന്റേഷൻ നടത്തിയാണ് ആൽക്കഹോൾ നിർമ്മിക്കുന്നത്. ഒരു ഭക്ഷണം എന്ന നിലയിൽ ഇതിന്റെ പോഷണമൂല്യം വളരെ കുറവാണ്. 190-240 ഗ്രാം ശുദ്ധമായ ആൽക്കഹോളിൽനിന്നും 1300-1600 കലോറി ഊർജ്ജം ലഭിക്കുന്നതാണ്. ഇത് ഒരാളുടെ ഒരു ദിവസത്തെ പ്രാഥമിക ശാരീരികാവശ്യങ്ങൾക്ക് മതിയാകുന്നതാണ്. പക്ഷേ, ശരീരത്തിനുവേണ്ട പോഷണങ്ങൾ ഒന്നുംതന്നെ ഇതിൽനിന്നും കിട്ടുന്നില്ല. അതുകൊണ്ടാണ് ഇതിന് "Empty Calorie' എന്നു പറയുന്നത്. പോഷണമൂല്യങ്ങൾ കിട്ടുന്നില്ല എന്നു തന്നെയുമല്ല മറ്റു ഭക്ഷ്യവസ്തുക്കളിലുള്ള പോഷണങ്ങൾ ഇത് ആഗിരണം ചെയ്യുന്നതുമാണ്. അതിനാൽ ശരീരത്തിന് പോഷകാഹാരക്കുറവുമൂലം ഉണ്ടാകുന്ന അസ്വാസ്ഥ്യങ്ങൾ ഉണ്ടാവുകയും ചെയ്യും.

64. പുഷ്പങ്ങൾക്ക് വിവിധ നിറങ്ങൾ കാണുന്നതെന്തുകൊണ്ട്?

പ്രത്യേക നിറങ്ങളുള്ള രാസവസ്തുക്കൾ അടങ്ങിയിട്ടുള്ളതിനാലാണ് പുഷ്പങ്ങൾക്ക് വിവിധ നിറങ്ങൾ കിട്ടുന്നത്. പരാഗണം സുഗമമാക്കുന്നതിന് പക്ഷികളെയും ചെറുപ്രാണികളെയും ആകർഷിക്കുന്നതിനുള്ള ഒരു മാർഗ്ഗമാണിത്. പ്രത്യേക രാസവസ്തുക്കൾ അടങ്ങിയ ചായക്കൂട്ടുകൾ ഉള്ളതിനാൽ അവയുടെ ഏറ്റക്കുറച്ചിൽ അനുസരിച്ച് വിവിധ വർണ്ണങ്ങൾ ലഭിക്കുന്നു. ചെടിയുടെ കോശങ്ങളിൽ കാണുന്ന

കരോട്ടീൻ, ക്ലോറോഫിൽ, ആൻതോസയനീൻ തുടങ്ങിയവയാണ് പ്രധാന വർണ്ണ വസ്തുക്കൾ. കരോട്ടീൻ മഞ്ഞ, ഓറഞ്ച് എന്നീ നിറങ്ങളും ക്ലോറോഫിൽ പച്ചനിറവും ആൻതോസയനീൻ ചുവപ്പുനിറവും നല്കുന്നവയാണ്. വളരെ ദൂരത്തുനിന്നും തന്നെ പ്രാണികളെ ആകർഷിക്കുവാൻ ഈ വർണ്ണങ്ങൾ സഹായകമാണ്.

രാത്രിയിൽ വിരിയുന്ന പുഷ്പങ്ങൾ കൂടുതലും വെള്ളനിറത്തിലുള്ളവയാണ്. ഇവയിൽ വർണ്ണവസ്തുക്കൾ ഒന്നുംതന്നെ അടങ്ങിയിട്ടില്ല. വെറും വായുകുമിളകൾ നിറഞ്ഞവയാണ് ഇവയുടെ ദളങ്ങൾ. ഇവ കൈകൊണ്ട് അമർത്തുമ്പോൾ വായു പുറംതള്ളപ്പെടുന്നതിനാൽ സുതാര്യമായിത്തീരുന്നു. ഇരുട്ടുള്ള രാത്രിയിൽ ചെറുപ്രാണികൾക്ക് വളരെ ദൂരെനിന്നും പുഷ്പങ്ങൾ തിരിച്ചറിയാൻ വെളുപ്പുനിറം സഹായകമാണ്.

65. കാലാവസ്ഥാ വ്യതിയാനം അനുസരിച്ച് ചില സ്ഥലങ്ങളിൽ ഇലകളുടെ പച്ചനിറം മാറി മഞ്ഞ, ഓറഞ്ച്, ചുവപ്പ്, ബ്രൗൺ എന്നീ നിറങ്ങൾ ആവുകയും ക്രമേണ പൊഴിഞ്ഞുപോവുകയും ചെയ്യുന്നു. എന്താണിതിനു കാരണം?

ചെടികളുടെ ഇലകൾക്ക് നിറം കൊടുക്കുന്നത് ഇവയുടെ കോശങ്ങളിൽ കാണുന്ന ചില പ്രത്യേക നിറങ്ങളിലുള്ള ചായക്കൂട്ടുകൾ ആണ്. സാധാരണയായി ഇലകളിൽ കൂടുതലായി കാണപ്പെടുന്ന വർണ്ണവസ്തു ക്ലോറോഫിൽ ആണ്. ഇതാണ് പച്ചനിറത്തിനാധാരം. കരോട്ടീൻ, ആന്തോസയനീൻ എന്നിവയാണ് ചെടികളിൽ കാണുന്ന മറ്റു ചായക്കൂട്ടുകൾ. മഞ്ഞ, ഓറഞ്ച് നിറങ്ങൾ നല്കുന്നത് കരോട്ടീൻ ആണ്. ആന്തോസയനീൻ ചുവപ്പു നിറത്തിലുള്ള വർണ്ണ വസ്തുവാണ്.

ഉഷ്ണകാലത്ത് സൂര്യപ്രകാശം കൂടുതൽ ലഭിക്കുന്നതിനാൽ ക്ലോറോഫിൽ കൂടുതലായി നിർമ്മിക്കപ്പെടുന്നു. തന്മൂലം ഇലകൾക്ക് നല്ല പച്ചനിറം ആയിരിക്കും. ശരത് കാലത്ത് പകൽ ദൈർഘ്യം കുറവായതിനാൽ സൂര്യപ്രകാശം കുറഞ്ഞ അളവിലേ ലഭിക്കുകയുള്ളൂ. ക്ലോറോഫിൽ നിർമ്മാണം കുറയുന്നതിനാൽ ഈ സമയത്ത് കരോട്ടിനോയ്ഡുകളുടെ മഞ്ഞനിറം പ്രത്യക്ഷപ്പെടുന്നു. ക്രമേണ ഓറഞ്ചുനിറം ആവുകയും ചെയ്യുന്നു. ആന്തോസയനീൻ ഇലകളിലെ പോഷണങ്ങൾ നഷ്ടപ്പെടാതെ സൂക്ഷിക്കുന്ന ഒരു സംരക്ഷണ വസ്തു ആണ്. ഇത് കൂടുതലായി നിർമ്മിക്കപ്പെടുന്നതിനാൽ ഇലകൾക്ക് ചുവപ്പ് നിറം വരുന്നു. കാലക്രമേണ ജലാംശം നഷ്ടപ്പെട്ട് ആവശ്യത്തിനു പോഷണം കിട്ടാതെ ഇലകൾ ഉണങ്ങി പൊഴിയുന്നു.

66. ആപ്പിൾ, ഉരുളക്കിഴങ്ങ് എന്നിവ മുറിച്ചു വച്ചിരുന്നാൽ നിറം മാറുന്നതെന്തുകൊണ്ട്?

സസ്യങ്ങളുടെ കോശങ്ങളിൽ ജീവൻ നിലനിർത്തുന്നതിന്

ആവശ്യമായ അനേകം എൻസൈമുകൾ ഉണ്ട്. ആപ്പിൾ, ഉരുളക്കിഴങ്ങ് എന്നിവ മുറിയ്ക്കുമ്പോൾ ഇവയിൽ കുറെ എൻസൈമുകൾ സ്വതന്ത്രമാകുന്നു. ഇവ അന്തരീക്ഷവായുവിലെ ഓക്സിജനുമായി ചേർന്ന് രാസപ്രവർത്തനം നടക്കുന്നതിനാലാണ് ബ്രൗൺ നിറം ഉണ്ടാകുന്നത്. പോളിഫീനോൾ ഓക്സിഡേസ് എന്ന എൻസൈമുകൾ ആണ് ഇതിനു കാരണം. ഇവ ടൈറോസിനേസ് എന്നും അറിയപ്പെടുന്നു. കോശങ്ങളിൽ ഉള്ള ടൈറോസിൻ എന്ന അമിനോആസിഡും ഓക്സിജനുമായുള്ള രാസപ്രവർത്തനത്തെ ഈ എൻസൈമുകൾ ത്വരിതപ്പെടുത്തുന്നു. തൽഫലമായി ഉണ്ടാകുന്ന 'മെലാമിൻ' ഇരുണ്ട ബ്രൗൺ നിറത്തിലുള്ള വസ്തു ആയതിനാലാണ് ബ്രൗൺ നിറം ഉണ്ടാകുന്നത്. മുറിച്ചു കഴിഞ്ഞാൽ ഉടൻതന്നെ വെള്ളത്തിലിടുക യാണെങ്കിൽ ഓക്സിജനുമായി സമ്പർക്കം ഇല്ലാതെ വരുന്നതിനാൽ രാസപ്രവർത്തനം തടസ്സപ്പെടുന്നതുമൂലം നിറംമാറ്റം സംഭവിക്കുകയില്ല.

67. സൂര്യകാന്തിപ്പൂവ് എപ്പോഴും സൂര്യനുനേരേ തിരിയുന്നതെന്തുകൊണ്ട്?

ചെടിയുടെ വളർച്ചയെ സഹായിക്കുന്ന ഓക്സിൻ (Auxin) എന്ന ഹോർമോൺ കാരണമാണ് സൂര്യകാന്തി എപ്പോഴും സൂര്യനു നേരേ തിരിയുന്നത്. ചെടിയുടെ കാണ്ഡത്തിൽ സൂര്യന് എതിർദിശയിൽ ഉള്ള ഭാഗത്ത്, അതായത് നിഴൽവീഴുന്ന ഭാഗത്ത് ഈ ഹോർമോൺ കൂടുതലായി കേന്ദ്രീകരിച്ചിരിക്കുന്നു. തൽഫലമായി കാണ്ഡത്തിന്റെ വളർച്ച നിഴലിലുള്ള ഭാഗത്ത് കൂടുതൽ ആകുന്നതിനാൽ തണ്ടിന് വളവ് വരുന്നു. സൂര്യന്റെ പ്രയാണത്തിനനുസരിച്ച് നിഴലിൽ വരുന്ന ഭാഗം മാറുന്നതിനാൽ കാണ്ഡത്തിന്റെ അഗ്രഭാഗത്തുള്ള പൂവ് സൂര്യനഭിമുഖ മായി വരത്തക്കവണ്ണം തിരിയുന്നു.

68. നെല്ലിക്ക ചവയ്ക്കുമ്പോൾ ആദ്യം ചവർപ്പ് അനുഭവപ്പെടുകയും പിന്നീട് വെള്ളം കുടിക്കുമ്പോൾ മധുരിക്കുകയും ചെയ്യുന്നതെന്തുകൊണ്ടാണ്?

നെല്ലിക്കയിൽ അടങ്ങിയിട്ടുള്ള ലവണങ്ങൾ ഗാലേറ്റുകളും ടാനേറ്റുകളും ആണ്. ഈ രാസവസ്തുക്കൾ പോളിഫീനോളിക് യൗഗിക ങ്ങൾ ആണ്. നെല്ലിക്ക വായിലിട്ടു ചവയ്ക്കുമ്പോൾ ഈ ലവണങ്ങൾ വായിലുള്ള രുചിമുകുളങ്ങളിൽ നിറയുന്നതിനാൽ താല്ക്കാലികമായി അവയുടെ പ്രവർത്തന ക്ഷമത നഷ്ടമാകുന്നു. തന്മൂലമാണ് ചവർപ്പ് അനുഭവപ്പെടുന്നത്. തുടർന്ന് വെള്ളം കുടിക്കുമ്പോൾ ഈ ലവണങ്ങൾ ജലത്തിൽ ലയിച്ച് മാറ്റപ്പെടുന്നതിനാൽ രുചിമുകുളങ്ങൾ വീണ്ടും പ്രവർത്തനക്ഷമമാകുന്നു. അങ്ങനെ നെല്ലിക്കയിൽ അടങ്ങിയിട്ടുള്ള പഞ്ചസാരയുടെ മധുരം അനുഭവപ്പെടുന്നു.

69. ചൊറിയണം തൊട്ടാൽ ചൊറിയുന്നതെന്തുകൊണ്ട്?

ചില ചെടികളുടെ ഇലകളും തണ്ടും രോമങ്ങൾ നിറഞ്ഞവയാണ്. ഇവയിൽ ചൊറിച്ചിലുണ്ടാക്കുന്ന ചില രാസവസ്തുക്കൾ കണ്ടുവരുന്നു. പലപ്പോഴും ഒന്നിലേറെ രാസവസ്തുക്കളുടെ മിശ്രിതമായിട്ടാണ് കാണപ്പെടുന്നത്. അസെറ്റൈൽ കോളിൻ, ഹിസ്റ്റമീൻ, സെറോട്ടോണിൻ തുടങ്ങിയവയും അസെറ്റിക്, ടാർട്ടാറിക്, റസനിക് എന്നീ അമ്ലങ്ങളും ആണ് സാധാരണയായി കണ്ടുവരുന്നത്. ചെടിയിലെ രോമങ്ങൾ നമ്മുടെ ശരീരത്തിൽ തട്ടുമ്പോൾ അറ്റം ഒടിയുകയും അതിനുള്ളിലുള്ള വിഷാംശം ശരീരത്തിൽ പ്രവേശിക്കുകയും ചെയ്യും. തൽഫലമായി ചൊറിച്ചിൽ ഉണ്ടാകുന്നു. ചൊറിയണം, ആനച്ചൊറിയൻ, കൊടിത്തൂവ, നായ്ക്കുരുണ തുടങ്ങിയവയാണ് സാധാരണയായി കണ്ടുവരുന്ന തൊട്ടാൽ ചൊറിയുന്ന ചെടികൾ.

70. തൊട്ടാവാടി തൊട്ടാൽ വാടുന്നതെന്തുകൊണ്ട്?

തൊട്ടാവാടിയുടെ ഇലയുടെ പ്രത്യേക ഘടനമൂലമാണ് ഇങ്ങനെ സംഭവിക്കുന്നത്. ഇവയുടെ ഇലത്തണ്ടിൽനിന്നും ഉള്ള ചെറുപത്രങ്ങളുടെ അടിഭാഗം തടിച്ചതാണ്. ഇതിന് സ്ഥൂലസന്ധി എന്നാണ് പറയുന്നത്. ഇതിലെ കോശങ്ങളിലൂടെ ജലാംശം തടസ്സമില്ലാതെ സഞ്ചരിക്കത്തക്ക വിധത്തിലാണ് ഇതിന്റെ ഘടന. തൊട്ടാവാടിയെ നാം തൊടുമ്പോൾ സ്ഥൂലസന്ധിയിലെ കോശങ്ങളിലുള്ള ജലം ദ്രുതഗതിയിൽ കാണ്ഡത്തിലേക്ക് പ്രവേശിക്കുന്നതിനാൽ കോശഭിത്തിയിലെ മർദ്ദം കുറയുകയും ഇലയും ഞെട്ടും പെട്ടെന്നു വാടുകയും ചെയ്യും. പിന്നീട് ഈ ഭാഗത്തേയ്ക്ക് ജലം വന്നു നിറയുകയും ആവശ്യമായ മർദ്ദം ലഭിച്ചു കഴിഞ്ഞാൽ ഇലകൾ പൂർവ്വസ്ഥിതിയിലാവുകയും ചെയ്യും. ശത്രുക്കളിൽ നിന്നും സ്വയം രക്ഷനേടാനുള്ള ഒരു മാർഗ്ഗമായി ഇതിനെ കണക്കാക്കാവുന്നതാണ്.

71. പശ അതിരിക്കുന്ന കുപ്പിയിൽ ഒട്ടിപ്പിടിക്കുന്നില്ല. എന്താണ് കാരണം?

സാധാരണ ഉപയോഗിക്കുന്ന പശ പല രാസവസ്തുക്കൾ ജലംപോലുള്ള ഒരു ലായകവുമായി യോജിപ്പിച്ച് ഉണ്ടാക്കുന്ന ഒരു മിശ്രിതം ആണ്. ഒട്ടിക്കാൻ വേണ്ടി പുരട്ടുമ്പോൾ അതിലെ ലായകം ബാഷ്പീകരിച്ച് വാതകമായി മാറുകയും പശ വസ്തുക്കളെ ഒട്ടിക്കുകയുമാണ് ചെയ്യുന്നത്. പശ കുപ്പിയിൽ നിറച്ചു വയ്ക്കുമ്പോൾ ബാഷ്പീകരണംമൂലം ലായകം നഷ്ടപ്പെടുന്നില്ല. തന്മൂലം കുപ്പിയിൽ ഒട്ടിപ്പിടിക്കുകയില്ല.

72. ഷൂ പോളിഷ് ചെയ്യുമ്പോൾ നല്ല തിളക്കം കിട്ടുന്നതെന്തുകൊണ്ട്?

തുടർച്ചയായുള്ള ഉപയോഗംമൂലം ഷൂവിന്റെ ഉപരിതലം പരുക്കനാവുകയും ധാരാളം പൊടിയും അഴുക്കും പറ്റിപ്പിടിച്ചിരിക്കുകയും ചെയ്യും. പോളിഷുചെയ്യുമ്പോൾ പരുപരുത്ത ഉപരിതലത്തിൽ പോളിഷ് കനം കുറഞ്ഞ ഒരു പാടപോലെ എല്ലായിടവും വ്യാപിക്കുന്നു. അങ്ങനെ മിനുസമായ ഉപരിതലം അവിടെ വീഴുന്ന പ്രകാശത്തെ പ്രതിഫലിപ്പിക്കുന്നതിനാൽ ഷൂവിന് നല്ല തിളക്കം കിട്ടുന്നു.

73. വെളുത്തതുണികൾ നീലം മുക്കുമ്പോൾ കൂടുതൽ തിളക്കം തോന്നുന്നതെന്തുകൊണ്ട്?

നീലത്തിൽ അടങ്ങിയിട്ടുള്ള ചില പ്രത്യേകഘടക വസ്തുക്കൾ സൂര്യപ്രകാശത്തിലെ അൾട്രാവയലറ്റ് രശ്മികളെ ആഗിരണം ചെയ്ത് ഇളം നീല നിറത്തിലുള്ള പ്രകാശമായി പ്രതിഫലിപ്പിക്കാൻ കഴിവുള്ളതാണ്. തുണി നീല ലായനിയിൽ മുക്കുമ്പോൾ തുണിയുടെ ഉപരിതലത്തിൽ പറ്റിപ്പിടിക്കുന്ന ഈ ഘടകവസ്തു നീല പ്രകാശത്തെ പ്രതിഫലിപ്പിക്കുന്നു. അങ്ങനെയാണ് തുണിക്ക് കൂടുതൽ തിളക്കം ഉണ്ടാകുന്നത്.

74. കണ്ണീർവാതകം എന്നാൽ എന്ത്? അതെങ്ങനെ പ്രവർത്തിക്കുന്നു?

അക്രമാസക്തരാകുന്ന ആൾക്കൂട്ടത്തെ പിരിച്ചുവിടാനോ യുദ്ധക്കളത്തിൽ പടയാളികളെ പിൻതിരിഞ്ഞോടിക്കുന്നതിനോ ഉപയോഗിക്കുന്ന വസ്തുക്കളാണ് കണ്ണീർവാതകം. ഇതിനായി സാധാരണ ഉപയോഗിക്കുന്ന രാസവസ്തുക്കൾ ആൽഫാക്ലോർഅസെറ്റോഫീനോൺ (Alpha Chlore Acetophenone) എന്ന ഖരവസ്തുവോ ഈഥൈൽ അയൊഡോ അസെറ്റേറ്റ് (Ethyl lodo Acetate) എന്ന ദ്രാവകമോ ആണ്. പെട്ടെന്ന് വാതകാവസ്ഥയിലാകുന്ന ഈ വസ്തുക്കൾ കണ്ണിൽ എരിച്ചിൽ ഉണ്ടാക്കുന്നതിനാൽ ധാരാളമായി കണ്ണുനീർ വരുകയും താല്ക്കാലികമായി അന്ധത അനുഭവപ്പെടുകയും ചെയ്യും. ഇവ ശ്വാസനാളത്തിലും അസ്വസ്ഥത ഉണ്ടാക്കുന്നതാണ്. തുടർച്ചയായി ശ്വസിക്കുന്നതിനിടയായാൽ ഛർദ്ദി, തൊലിപ്പുറത്ത് വിള്ളൽ എന്നിവയും ഉണ്ടാകും. ഈ ലക്ഷണങ്ങളെല്ലാം താല്ക്കാലികമാണെങ്കിലും ആളിനെ ധാരാളം ശുദ്ധവായു ലഭിക്കുന്ന സ്ഥലത്തേക്ക് മാറ്റുകയും കണ്ണ് നേരിയ ഉപ്പുലായനിയോ ബോറിക് ആസിഡ് ലായനിയോകൊണ്ട് കഴുകുകയും ചെയ്യണം. ത്വക്കിൽ വിള്ളൽ ഉണ്ടായാൽ നേരിയ സോഡിയം ബൈ കാർബണേറ്റു ലായനി പുരട്ടാവുന്നതാണ്.

75. നമ്മുടെ ശരീരത്തിൽ മുറിവുണ്ടാകുമ്പോൾ രക്തം കട്ടപിടിക്കുന്നതെന്തുകൊണ്ട്?

മുറിവുണ്ടാകുമ്പോൾ രക്തത്തിൽ അടങ്ങിയിരിക്കുന്ന 'ഫിബ്രിനോജൻ' എന്ന പ്രോട്ടീനുകളിൽ നിന്നും 'ഫൈബ്രിൻ' എന്ന നാരുപോലെയുള്ള വസ്തു രൂപപ്പെടുന്നു. രക്താണുക്കൾ ഈ വലയിൽ കുടുങ്ങി പശപോലെ കട്ടിയാകുന്നതിനാൽ രക്തക്കുഴലുകളുടെ തുറന്ന ഭാഗം അടയുന്നു. അങ്ങനെ കൂടുതൽ രക്തം വാർന്നു നഷ്ടപ്പെടാതിരിക്കാനുള്ള ഒരു മുൻകരുതൽ ആണിത്. രക്തം കട്ടപിടിക്കുന്നതിന് എടുക്കുന്ന സമയം ഓരോ വ്യക്തിയിലും വ്യത്യസ്തമായിരിക്കും. പ്രോട്ടീൻ തന്മാത്രയിലുള്ള ഫോസ്ഫോലിപിഡ് എന്ന രാസവസ്തുവും കാത്സ്യവും രക്തം കട്ടപിടിക്കുന്ന രാസപ്രവർത്തനത്തെ സഹായിക്കുന്നവയാണ്. ചില ആളുകളിൽ ജനിതകഘടനയിലെ വ്യത്യാസം കാരണമായി രക്തം കട്ടപിടിക്കുകയില്ല. ഈ രോഗാവസ്ഥ 'ഹീമോഫീലിയ' എന്നാണറിയപ്പെടുന്നത്.

76. നമ്മുടെ ശരീരത്തിൽ തൊലിപ്പുറത്തായി മറുകുകൾ കാണാറുണ്ടല്ലോ. എന്താണിത്?

ത്വക്കിന് നിറം കൊടുക്കുന്ന വർണ്ണവസ്തു മെലാനിൻ ആണ്. ഇത് കൂടുതലായി ചില ഭാഗങ്ങളിൽ കേന്ദ്രീകരിക്കുന്നതുകൊണ്ടാണ് മറുകുകൾ ഉണ്ടാകുന്നത്. ത്വക്കിന്റെ ഉപരിതലത്തോടുചേർന്ന് അടിയിലായി കാണപ്പെടുന്ന ഈ മറുകുകൾക്ക് ഇളം തവിട്ടുനിറം മുതൽ കറുപ്പുനിറം വരെ കാണാറുണ്ട്. ഇവ പരന്നതോ ത്വക്കിൽനിന്നും ഉയർന്നു നില്ക്കുന്നതോ ആയിരിക്കും. ചിലപ്പോൾ ഇതിൽ രോമങ്ങൾ വളർന്നും കാണുന്നതാണ്. ശരീരത്തിൽ ഏതുഭാഗത്തും ഇവ കാണപ്പെടാറുണ്ട്. ജന്മനാതന്നെ കാണുന്ന ഈ മറുകുകൾ സാധാരണയായി നിരുപദ്രവകാരികളാണ്. എന്നാൽ മാരകമായ ക്യാൻസർപോലുള്ള ചില രോഗങ്ങളുടെ സൂചനയായും മറുകുകൾ കാണാറുണ്ട്. ജന്മനാ ഉള്ളതാണെങ്കിലും നിറം, വലുപ്പം എന്നിവയിൽ എന്തെങ്കിലും വ്യത്യാസം ശ്രദ്ധയിൽപ്പെട്ടാൽ ഉടൻതന്നെ വിശദമായ പരിശോധനയ്ക്കു വിധേയമാകേണ്ടതാണ്.

ഇത്തരം മറുകുകൾ മനുഷ്യശരീരത്തിൽ മാത്രമല്ല, മറ്റു സസ്തനികളിലും കാണുന്നുണ്ട്. പലപ്പോഴും അവയുടെ ശരീരം കൂടുതൽ രോമാവൃതമായതിനാൽ വ്യക്തമായി കാണപ്പെടാറില്ല.

77. പല്ലുകൾക്ക് പുളിപ്പും വേദനയും ഉണ്ടാകുന്നതെന്തുകൊണ്ട്?

പല്ലിന്റെ പുറമെ കാണുന്ന ഭാഗമാണ് ഇനാമെൽ. ആന്തരിക ഭാഗത്തിന്റെ സംരക്ഷണ കവചമായി പ്രവർത്തിക്കുന്ന ഈ ഇനാമെലിന് ക്ഷതം സംഭവിക്കുമ്പോഴാണ് പുളിപ്പും വേദനയും ഉണ്ടാകുന്നത്. നാം

കഴിക്കുന്ന ഭക്ഷണത്തിന്റെ അംശങ്ങൾ പല്ലിൽ പറ്റിപ്പിടിച്ചിരിക്കുമ്പോൾ വായിലെ ബാക്ടീരിയകളുമായി പ്രതിപ്രവർത്തിച്ച് അമ്ലങ്ങളായി മാറുന്നു. തന്മൂലം പുളിപ്പ് അനുഭവപ്പെടുന്നു. കാലക്രമേണ ഇനാമെലിന് തേയ്മാനം സംഭവിക്കുകയും തൽഫലമായി ചെറിയ സുഷിരങ്ങൾ ഉണ്ടാവുകയും ചെയ്യുന്നു. ഉള്ളിലെ കോശങ്ങളിലേക്ക് രോഗം ബാധിക്കുന്നതുമൂലം വേദനയും നീരും ഉണ്ടാകുന്നു.

78. ചുവന്ന മാംസവും വെളുത്ത മാംസവും കാണാറുണ്ടല്ലോ. മൃഗങ്ങളുടെ മാംസത്തിന് ഇങ്ങനെ വ്യത്യസ്ത നിറങ്ങൾ കാണുന്നതെന്തുകൊണ്ട്?

മാംസത്തിനു നിറം കൊടുക്കുന്നത് അതിൽ അടങ്ങിയിട്ടുള്ള ചുവപ്പു നിറത്തിലുള്ള മയോഗ്ലോബിൻ, മൈറ്റോകോൺട്രിയ എന്നീ ഘടക വസ്തുക്കളാണ്. ചുവന്ന രക്താണുക്കളിൽ അടങ്ങിയിട്ടുള്ള ഹീമോഗ്ലോബിൻ പോലെ മാംസപേശികൾക്കു വേണ്ട ഓക്സിജൻ പ്രദാനം ചെയ്യുന്ന പ്രോട്ടീൻ ആണ് മയോഗ്ലോബിൻ. മൈറ്റോകോൺട്രിയ കോശത്തിനുള്ളിലെ ഘടകവസ്തു ആണ്. ഓക്സിജൻ ഉപയോഗിച്ച് മാംസപേശികളുടെ സങ്കോചവികാസത്തിനാവശ്യമായ ഊർജ്ജം പ്രദാനം ചെയ്യുന്ന ATP യുടെ നിർമ്മാണം നടത്തുന്നത് മൈറ്റോകോൺട്രിയ ആണ്. മാംസപേശികളിൽ ഇവയുടെ അളവ് കൂടുന്നതനനുസരിച്ച് മാംസത്തിന് ചുവപ്പു നിറം കിട്ടുന്നു. കൂടുകളിൽ അടച്ചു വളർത്തുന്ന മൃഗങ്ങളെ അപേക്ഷിച്ച് പുറത്ത് സ്വതന്ത്രമായി നടക്കുന്നവയുടെ മാംസപേശികളിൽ മയോഗ്ലോബിന്റെ അളവ് കൂടുതലായിരിക്കും. അതുകൊണ്ടാണ് കന്നുകാലികളുടെ മാംസം കൂടുതൽ ബ്രൗൺ നിറത്തിൽ കാണുന്നത്. അതേ സമയം പന്നിയുടെ മാംസം താരതമ്യേന വെളുത്തതാണ്.

79. നമ്മുടെ രക്തത്തിന്റെ നിറം ചുവപ്പാണല്ലോ. എന്നാൽ കൈകാലുകളിലെ രക്തക്കുഴലുകൾ നീലനിറത്തിൽ കാണുന്നതെന്തുകൊണ്ട്?

സൂര്യപ്രകാശം, നീല, പച്ച, മഞ്ഞ, ചുവപ്പ് തുടങ്ങി വ്യത്യസ്ത തരംഗ ദൈർഘ്യമുള്ള വർണ്ണങ്ങളുടെ മിശ്രിതം ആണ്. ഒരു വസ്തുവിൽ കൂടി സൂര്യപ്രകാശം കടക്കുമ്പോൾ ഏതാനും ഘടകവർണ്ണങ്ങൾ ആഗിരണം ചെയ്യപ്പെടുകയും ബാക്കിയുള്ളവ പ്രതിഫലിപ്പിക്കുകയും ചെയ്യും. ഏതു നിറമാണോ പ്രതിഫലിപ്പിക്കുന്നത് ആ നിറത്തിലാണ് നാം ആ വസ്തുവിനെ കാണുന്നത്. നമ്മുടെ ശരീരത്തിൽ വീഴുന്ന സൂര്യപ്രകാശത്തിലെ ചുവപ്പു നിറം ഉള്ളിലേക്ക് ആഗിരണം ചെയ്യപ്പെടുകയും നീലനിറം കൂടുതലായി പ്രതിഫലിപ്പിക്കുകയും ചെയ്യുന്നതിനാലാണ് രക്തക്കുഴലുകൾക്ക് നീല നിറം തോന്നിക്കുന്നത്. ഉള്ളിലെ രക്തത്തിന്റെ നിറം കടുംചുവപ്പു തന്നെ ആണ്.

80. വവ്വാലുകൾ തലകീഴായി തൂങ്ങിക്കിടക്കുന്നതെന്തുകൊണ്ട്?

സസ്തനികളിൽ പറക്കാൻ കഴിവുള്ള ഒരേ ഒരു ജീവിയാണ് വവ്വാൽ. എന്നാൽ മറ്റു സസ്തനികൾക്കെല്ലാം നടക്കാൻ കഴിയുമെങ്കിലും വവ്വാലുകൾക്ക് നടക്കാൻ കഴിയുകയില്ല. ഇതിന്റെ കാരണം അവയുടെ കൈകാലുകൾ ശരീരഭാരം താങ്ങാൻ കഴിവുള്ളവയല്ല എന്നതു തന്നെ. കൊളുത്തുപോലെ വളഞ്ഞ പാദങ്ങൾ ആയതിനാൽ വിശ്രമിക്കാനുള്ള എളുപ്പമാർഗ്ഗം മരച്ചില്ലകളിൽ തൂങ്ങികിടക്കുകയാണ്. സർക്കസു കലാകാരൻമാരെപ്പോലെ തൂങ്ങിക്കിടക്കാൻ അവയുടെ പ്രത്യേക ശരീരഘടന സഹായകമാണ്.

81. തേനീച്ച, കടന്നൽ എന്നിവ കുത്തുമ്പോൾ ഈച്ച ഉടൻ തന്നെ ചാകുമെങ്കിലും കൂടുതൽ ഈച്ചകൾ കൂട്ടത്തോടെ വന്ന് ആക്രമിക്കുന്നതെന്തുകൊണ്ട്?

തേനീച്ച, കടന്നൽ എന്നിവ കുത്തുമ്പോൾ വയറിന്റെ അടിഭാഗത്തുള്ള മുള്ള് ഒടിയുകയും അവയുടെ ദഹനേന്ദ്രിയം അതോടൊപ്പം പോരുകയും ചെയ്യുന്നതിനാൽ ഉടനെതന്നെ ഈച്ച പിടഞ്ഞ് ചാകുന്നു. മുള്ളിലെ വിഷത്തിൽനിന്നും പ്രത്യേക ഗന്ധമുള്ള ഫെറോമോണുകൾ ഉണ്ടാകുന്നതിനാൽ ഇവിടേക്ക് കൂടുതൽ ഈച്ചകൾ ആകർഷിക്കപ്പെടുന്നു. ഒടിഞ്ഞിരിക്കുന്ന മുള്ള് എടുത്തു മാറ്റുകയും എത്രയും വേഗം അവിടെനിന്നും ഓടിരക്ഷപ്പെടേണ്ടതും ആണ്. അല്ലെങ്കിൽ അവയുടെ കൂട്ടത്തോടെയുള്ള ആക്രമണം ഉണ്ടാകുന്നതാണ്.

ഇവയുടെ വിഷാംശം ശക്തമായ അലർജിക്കു കാരണമാകുന്നതാണ്. വേദന, നീര്, ചൊറിച്ചിൽ എന്നിവ അനുഭവപ്പെടും. മുഖം, കണ്ണ്, വായ് എന്നിവിടങ്ങളിലെ ശക്തമായ കുത്ത് മാരകമാകാനിടയുണ്ട്. തുറസ്സായ സ്ഥലത്തുനിന്നും ആളിനെ വീട്ടിനുള്ളിലേക്ക് മാറ്റി, സോപ്പുവെള്ളം ഉപയോഗിച്ച് കുത്തേറ്റ ഭാഗം കഴുകേണ്ടതാണ്. തേനീച്ചയുടെ വിഷം അമ്ലരസമുള്ളതാകയാൽ ഉപ്പുവെള്ളമോ കാരം കലക്കിയ വെള്ളമോ ഉപയോഗിച്ചു കഴുകുന്നതാണ് നല്ലത്. കടന്നൽ വിഷം ക്ഷാരഗുണമുള്ളതാകയാൽ നേർപ്പിച്ച വിനാഗിരി ഉപയോഗിച്ച് കഴുകുന്നതാണ് നല്ലത്.

82. ഉറുമ്പുകൾ വരിവരിയായി പോകുന്നതെന്തുകൊണ്ട്?

ഉറുമ്പുകൾ അവയുടെ വയറിനു പിന്നിലുള്ള ഗ്രന്ഥിയിൽനിന്നും 'ഫെറോമോൺ' എന്ന രാസവസ്തു സ്രവിപ്പിക്കാറുണ്ട്. ഈ രാസവസ്തു പുരണ്ട വരയിലൂടെ മാത്രം നീങ്ങുന്നതിനാലാണ് ഉറുമ്പുകൾക്ക് വരിതെറ്റാതെ പോകാൻ സാധിക്കുന്നത്. ഫെറോമോൺ പോലുള്ള രാസവസ്തുക്കൾ തിരിച്ചറിയാനുള്ള കഴിവ് ഉറുമ്പുകൾക്കുണ്ട്. മണവും രുചിയും അറിയുന്നതും ആശയവിനിമയം നടത്തുന്നതും ഇത്തരം രാസവസ്തുക്കളുടെ സഹായത്താലാണ്. എവിടെയെങ്കിലും ഭക്ഷ്യവസ്തു കണ്ടെത്തിയാൽ അത് ആദ്യം കണ്ടെത്തിയ ഉറുമ്പ് പോകുന്ന

വഴിയിൽ ഫെറോമോൺ വരയിട്ട് പോകുന്നു. അങ്ങനെയാണ് മറ്റുള്ളവ കൂട്ടത്തോടെ അവിടെ എത്തിച്ചേരുന്നത്.

83. ചില പക്ഷികൾ ഉറുമ്പിനെ പിടിച്ച് ചിറകിനടിയിൽ വയ്ക്കുന്നതെന്തിനാണ്?

ചില പക്ഷികൾ ഒന്നോ രണ്ടോ ഉറുമ്പുകളെ കൊത്തി എടുത്ത് ചിറകിനടിയിലും വാലിനടിയിലും വച്ച് അമർത്തുന്നു. ചിലപ്പോൾ ചിറകു വിടർത്തി ഉറുമ്പിൻ കൂട്ടത്തിനു മുകളിൽ അമർന്നിരിക്കുകയും ചെയ്യും. ഈ വിശേഷസ്വഭാവം 'ആന്റിങ്' (Anting) എന്നാണ് അറിയപ്പെടുന്നത്. അമ്ലം ഉല്പാദിപ്പിക്കാൻ കഴിവുള്ള പ്രത്യേക ഇനം ഉറുമ്പുകളെയാണ് ഇതിനായി തെരഞ്ഞെടുക്കാറ്. ഉറുമ്പിന്റെ ശരീരത്തിലുള്ള ഫോർമിക് അമ്ലത്തിന് പക്ഷികളുടെ തൂവലുകൾക്കിടയിലുള്ള പേനുകളെയും മറ്റും നശിപ്പിക്കാൻ കഴിവുള്ളതിനാലാണ് അവ ഇങ്ങനെ ചെയ്യുന്നത്.

84. പക്ഷികൾ കല്ലുകൊത്തി തിന്നുന്നതെന്തിനാണ്?

പല്ലുകളോ ബലമുള്ള താടിയെല്ലുകളോ ഇല്ലാത്ത പക്ഷികൾക്ക് ഭക്ഷണം ചവച്ചരയ്ക്കാൻ പറ്റുകയില്ല. അവയുടെ അന്നപഥത്തിന്റെ പിൻഭാഗത്ത് പ്രത്യേകമായ ഒരു അറ ഉണ്ട്. ഈ അറ 'ഗിസാർഡ്' എന്നാണറിയപ്പെടുന്നത്. ചവയ്ക്കാതെ അകത്താക്കുന്ന ഭക്ഷണ പദാർത്ഥങ്ങൾ ഈ അറയിൽ എത്തുന്നു. കൂട്ടത്തിൽ കൊത്തിവിഴുങ്ങുന്ന കല്ലുകളും ഇവിടെ എത്തും. ഗിസാർഡിനുള്ളിൽ വച്ച് ഭക്ഷണപദാർത്ഥം നല്ലവണ്ണം മർദ്ദിക്കപ്പെടുന്നു. ഇങ്ങനെ മർദ്ദിച്ച് അരയ്ക്കപ്പെടുന്ന വസ്തുക്കൾ ആമാശയത്തിന്റെ മുൻഭാഗത്തുനിന്നും സ്രവിക്കപ്പെടുന്ന എൻസൈമുകളുമായിച്ചേർന്ന് കുടലിലേക്ക് പോകുന്നു. പോഷകാംശങ്ങൾ ആഗിരണം ചെയ്യപ്പെടുന്നത് കുടലിൽ വച്ചാണ്.

85. മൂങ്ങയ്ക്ക് രാത്രിയിൽ നല്ല കാഴ്ചശക്തി ഉണ്ട്. എന്തുകൊണ്ട്?

മൂങ്ങകൾക്ക് രാത്രിയിൽ കാഴ്ചശക്തി ഉണ്ടാകാൻ കാരണം അവയുടെ കണ്ണുകളുടെ പ്രത്യേക ഘടനയാണ്. ഇവയുടെ കണ്ണുകൾക്ക് നാലുസവിശേഷതകൾ ഉണ്ട്. ഒന്നാമതായി കണ്ണിനകത്തുള്ള ലെൻസും റെറ്റിനയും തമ്മിലുള്ള ദൂരം വളരെ കൂടുതൽ ആണ്. ഇതുമൂലം വസ്തുക്കളെ കൂടുതൽ വലുപ്പത്തിൽ കാണാൻ കഴിയും. കൂടാതെ ഇവയുടെ റെറ്റിനയിലുള്ള കാഴ്ചയ്ക്കു സഹായകമായ പ്രത്യേക കോശങ്ങൾ (rodes and cones) മനുഷ്യരുടേതിനേക്കാൾ അഞ്ച് ഇരട്ടിയോളം വലിപ്പക്കൂടുതൽ ഉള്ളവയാണ്. തന്മൂലം നാം കാണുന്നതിനേക്കാൾ അഞ്ചിരട്ടി കൃത്യതയോടെ ഇവയ്ക്ക് കാണാൻ കഴിയും. മറ്റൊരു പ്രത്യേകത ഇവയുടെ കണ്ണുകളിൽ കാണുന്ന ചുവപ്പുനിറത്തിലുള്ള വർണ്ണവസ്തു ആണ്. ഇത് പ്രകാശത്തിന് കൂടുതൽ സൂക്ഷ്മഗ്രാഹികത ഉള്ളതാണ്. (sensitive) കൂടാതെ ഇവയുടെ കണ്ണുകൾ കൂടുതൽ വിസ്തൃതമായി തുറക്കാൻ പറ്റുന്നതാകയാൽ തീരെ ചെറിയ

പ്രകാശംപോലും കണ്ണിലേക്ക് പ്രവേശിക്കുന്നതിന് സഹായകമാണ്.

രാത്രികാലങ്ങളിൽ കാഴ്ചശക്തിയുള്ള മൂങ്ങയും അതുപോലുള്ള മറ്റു പക്ഷികളും Nocturnal Birds എന്നാണറിയപ്പെടുന്നത്.

86. എട്ടുകാലികൾ സ്വന്തം വലയിൽ കുടുങ്ങാത്തതെന്തുകൊണ്ട്?

എട്ടുകാലികൾ വല ഉണ്ടാക്കുന്നത് ഇരയെ പിടിക്കാനാണല്ലോ. വൃത്താകൃതിയിൽ നെയ്തുണ്ടാക്കുന്ന വലകളിൽ കുറുകെയും ഇഴകൾ ഉണ്ട്. ശരീരത്തിൽ നിന്നും സ്രവിക്കുന്ന പശയുള്ള നൂലുപയോഗിച്ചാണ് വൃത്താകൃതിയിലുള്ള ഇഴകൾ ഉണ്ടാക്കുന്നത്. എന്നാൽ കുറുകെയുള്ള ഇഴകളിൽ പശ ഇല്ല. വലയുടെ ഈ നിർമ്മാണരഹസ്യം അറിയാവുന്നതു കൊണ്ട് പാലം പോലെ സുരക്ഷിതമായ ഈ വഴിയിൽക്കൂടി മാത്രം നീങ്ങാൻ എട്ടുകാലികൾ ശ്രദ്ധിക്കും. പറന്നു വരുന്ന മറ്റു ചെറുപ്രാണികൾക്ക് ഇതറിയുകയില്ല. തന്മൂലം വലയിൽ കുടുങ്ങിപ്പോകുന്നു. എട്ടുകാലികളുടെ വളഞ്ഞ പാദങ്ങളും അവയിലുള്ള പ്രത്യേകതരം രോമങ്ങളും വലയുടെ പശയുള്ള ഭാഗങ്ങളിൽ ഒട്ടിപ്പിടിക്കാതിരിക്കാൻ സഹായകമാണ്.

87. മുതല സ്വന്തം കുഞ്ഞുങ്ങളെ തിന്നുമെന്നു പറയപ്പെടുന്നു. ഇതു ശരിയാണോ?

ഇതു ശരിയല്ല. മുതല തടാകത്തിന്റെയോ നദിയുടെയോ കരയിൽ ഏതാണ്ട് ഒരടിയോളം താഴ്ചയിൽ കുഴി ഉണ്ടാക്കി അതിലാണ് മുട്ട ഇടുന്നത്. മുട്ട ഇട്ടതിനുശേഷം മണ്ണുകൊണ്ട് ഈ കുഴി മൂടുകയും ചെയ്യും. മുട്ട വിരിഞ്ഞുണ്ടാകുന്ന കുഞ്ഞുങ്ങൾ പുറത്തുവരാൻ സാധിക്കാതെ കുഴിക്കുള്ളിൽനിന്നും പ്രത്യേകതരം ശബ്ദം പുറപ്പെടുവിക്കും. ഇതു മനസ്സിലാക്കുന്ന തള്ളമുതല അവിടെ എത്തി മണ്ണു ചികഞ്ഞുമാറ്റി കുഞ്ഞുങ്ങളെ പുറത്തേക്കു കൊണ്ടുവരുന്നു. ഓരോ കുഞ്ഞിനെയും വേദനിപ്പിക്കാതെ കടിച്ചെടുത്ത് വായ്ക്കുള്ളിൽ ആക്കുന്നു. വിരിയാൻ താമസമുള്ള മുട്ടകൾ സ്വന്തം പല്ലുകൊണ്ട് കടിച്ചുപൊട്ടിക്കുകയും ചെയ്യും. എല്ലാ കുഞ്ഞുങ്ങളും വായ്ക്കുള്ളിലായാൽ വെള്ളത്തിലേക്കിറങ്ങി അവയെ സുരക്ഷിതമായ സ്ഥാനത്ത് എത്തിക്കുന്നു.

88. മുതലയും ചീങ്കണ്ണിയും കാഴ്ചയ്ക്ക് ഒരുപോലിരിക്കും. ഇവയെ എങ്ങനെ തിരിച്ചറിയാം?

മുതലയും ചീങ്കണ്ണിയും ഉരഗവർഗ്ഗത്തിൽപ്പെട്ട "ക്രോക്കൊഡൈലിയ" കുടുംബത്തിൽ ഉൾപ്പെടുന്നവയാണ്. ഇവയെ ഒറ്റ നോട്ടത്തിൽ തിരിച്ചറിയുക പ്രയാസമാണ്. ഇവയുടെ ത്വക്ക് കട്ടി ഉള്ളതും ശല്ക്കങ്ങൾ നിറഞ്ഞവയും ആണ്. ജലത്തിൽ കിടക്കുമ്പോൾ മൂക്കും, കണ്ണും, ചെവിയും ഒരേ നിരപ്പിൽ ഉയർത്തിപ്പിടിച്ചിരിക്കും. പല്ലുകളുടെ ക്രമീകരണത്തിലുള്ള വ്യത്യാസംമൂലമാണ് ഇവയെ തിരിച്ചറിയാൻ കഴിയുക. ചീങ്കണ്ണിയുടെ പല്ലുകൾ വലുതും വായടച്ചാലും പുറത്തേക്കു

കാണുന്നവയുമാണ്. കീഴ്ത്താടിയിലെ ചില പല്ലുകൾ മറ്റുള്ളവയേക്കാൾ വലുതാണ്. എന്നാൽ മുതലകളുടെ കീഴ്ത്താടിയിലെ പല്ലുകൾ മുകളിലത്തെ പല്ലുകളേക്കാൾ വളരെ ഉള്ളിലായിരിക്കുന്നതിനാൽ വായടച്ചാൽ പല്ലുകൾ ഒന്നുംതന്നെ പുറത്തേക്ക് കാണുകയില്ല.

89. മത്സ്യങ്ങൾക്ക് ദാഹം തോന്നാറുണ്ടോ?

എല്ലാ ജീവികൾക്കും ജീവൻ നിലനിർത്തുന്നതിന് ജലം ആവശ്യമാണ്. ശരീരത്തിലെ ജലാംശം കുറയുമ്പോഴാണ് ജീവികൾക്ക് ദാഹം തോന്നുന്നത്. മത്സ്യങ്ങൾക്കും ജീവിക്കുന്ന ചുറ്റുപാടിനനുസരണമായി ദാഹം തോന്നാറുണ്ട്. ശുദ്ധജലത്തിൽ ജീവിക്കുന്ന മത്സ്യങ്ങൾക്ക് ശരീരത്തിലെ ജലാംശം കുറയുകയില്ല. തൽഫലമായി ദാഹം തോന്നാറില്ല. സമുദ്രജലത്തിലെ മത്സ്യങ്ങളുടെ സ്ഥിതി വ്യത്യസ്തമാണ്. അവയുടെ ശരീരദ്രാവകത്തിൽ ഉപ്പിന്റെ അളവ് പുറമേയുള്ള ജലത്തിലേതിനേക്കാൾ കുറവായിരിക്കും. തന്മൂലം ശരീരത്തിലെ ജലം ത്വക്കിൽ കൂടി പുറത്തേക്ക് പോകുന്നു. വ്യതിവ്യാപനം (Osmosis) എന്നാണ് ഇതറിയപ്പെടുന്നത്. തൽഫലമായി ദാഹം തോന്നുകയും നിർജ്ജലീകരണം ഉണ്ടാകാതിരിക്കാൻ പുറത്തുനിന്നും കൂടുതൽ വെള്ളം കുടിക്കുകയും ചെയ്യും. ഇങ്ങനെ ഉള്ളിൽ കടക്കുന്ന അധികലവണങ്ങളെ ഗില്ലുകൾ (Gills) വഴി പുറത്തേക്ക് വിടുന്നു.

90. ഒട്ടകങ്ങൾക്ക് ദീർഘകാലം മരുഭൂമിയിൽ വെള്ളം കുടിക്കാതെ ജീവിക്കാൻ പറ്റുന്നതെന്തുകൊണ്ട്?

എല്ലാ സസ്തനികൾക്കും ശരീരതാപനില നിയന്ത്രിക്കുന്നതിനും അവയുടെ നിലനില്പിനു തന്നെയും ജലം ആവശ്യമാണ്. എന്നാൽ കൊടുംവേനലിലും പച്ചനിറമുള്ള സസ്യാഹാരം ലഭ്യമാവുകയും അന്തരീക്ഷതാപനിലയിൽ വലിയ ഏറ്റക്കുറച്ചിലുകൾ ഇല്ലാതെയും ഇരുന്നാൽ ഒട്ടകത്തിന് മാസങ്ങളോളം വെള്ളം കുടിക്കാതെ കഴിയാൻ പറ്റും. മരുഭൂമിയിലെ സാഹചര്യങ്ങൾക്കനുസരിച്ച് ജീവിക്കാനുള്ള കഴിവ് പ്രകൃതിദത്തമായിത്തന്നെ അവയ്ക്കുള്ളതുകൊണ്ടാണ് ഇത് സാദ്ധ്യമാകുന്നത്. സാധാരണ പറയാറുള്ളതുപോലെ വെള്ളം സംഭരിച്ചു വയ്ക്കാനുള്ള പ്രത്യേക അറകൾ ഉള്ളതുകൊണ്ടോ പൂഞ്ഞയ്ക്കകത്ത് വെള്ളം സംഭരിച്ചുവച്ചിരിക്കുന്നതുകൊണ്ടോ അല്ല.

ഒട്ടകത്തിന്റെ ശരീര താപനില 34 മുതൽ 41 ഡിഗ്രിസെൽഷ്യസ് വരെയാണ്. അന്തരീക്ഷതാപനിലയിലുള്ള മാറ്റത്തിനനുസരിച്ച് ശരീര താപനില വ്യത്യാസപ്പെടുത്താനുള്ള കഴിവ് ഇവയ്ക്കുണ്ട്. 41°വരെ ഒട്ടകം വിയർക്കുകയില്ല. ദേഹത്തുള്ള സമൃദ്ധമായ രോമങ്ങൾ ഒരു പരിധിവരെ സൂര്യാഘാതത്തെ തടഞ്ഞുനിർത്താൻ പര്യാപ്തമാണ്. മറ്റു സസ്തനികൾക്ക് സാധാരണയായി 20 ശതമാനം ജലം നഷ്ടപ്പെടുമ്പോൾ ഡീഹൈഡ്രേഷൻമൂലം മരണം സംഭവിക്കാനിടയാകും. എന്നാൽ ഒട്ടകത്തിന് ഇതുപോലെ ഡീഹൈഡ്രേഷൻ ഉണ്ടാവുകയില്ല.

ഒട്ടകത്തിന്റെ മൂക്കിന്റെ പ്രത്യേക ഘടന ഉച്ഛ്വാസവായുവിലൂടെ ജലാംശം നഷ്ടപ്പെടുന്നത് പരമാവധി കുറയ്ക്കാൻ പര്യാപ്തമാണ്. മൂക്കിനകത്ത് കടലാസ് ചുരുൾപോലുള്ള ശ്ലേഷ്മ പടലം ജലാംശം നഷ്ടപ്പെടുന്നത് തടയുന്നു. മനുഷ്യനാസികയുടെ ഈ ഭാഗത്തിന്റെ വിസ്തീർണ്ണം 12 ച.മീറ്റർ ആണ്. എന്നാൽ ഒട്ടകത്തിന് ഇത് 1000 ച. മീറ്റർ ആണ്. ഉച്ഛ്വാസവായുവിലെ നീരാവിയും ചൂടും ഈ പ്രതലം വലിച്ചെടുക്കുന്നതിനാൽ പുറത്തെ താപനില 18 ഡിഗ്രിവരെ വ്യത്യാസപ്പെട്ടാൽപോലും ഉച്ഛ്വാസവായുവിന്റെ താപനിലയിൽ മാറ്റം ഇല്ലാതെ നിലനിർത്തുവാൻ ഇവയ്ക്ക് സാധിക്കുന്നു. കൂടാതെ ഇവയുടെ ആമാശയത്തിന്റെ ആദ്യത്തെ അറയായ റൂമനിൽ ഭക്ഷണത്തോടു കലർന്ന് ധാരാളം വെള്ളം കാണും. വെള്ളം സംഭരിക്കാനുള്ള പ്രത്യേക അറ അല്ല റൂമൻ എങ്കിലും ചുറ്റുപാടുകൾക്കനുസരിച്ച് ജീവിക്കാനുള്ള പ്രത്യേക സംവിധാനം ഇവയുടെ ശരീരത്തിനുണ്ട്.

91. മിന്നാമിന്നുങ്ങുകൾ മിന്നുന്നതെന്തുകൊണ്ട്?

'ലാസിറാഡെ' കുടുംബത്തിൽ പെട്ട ഒരിനം വണ്ടുകളാണ് മിന്നാമിനുങ്ങുകൾ. പകൽ സമയത്ത് ചെടികളിലും മറ്റും ഒളിച്ചിരിക്കുന്ന ഇവ സന്ധ്യാസമയത്ത് പുറത്തിറങ്ങുമ്പോൾ ഇണയെ ആകർഷിക്കാനാണ് മിന്നുന്നത്. ഇവയുടെ വയറിന്റെ പുറകുവശത്താണ് പ്രകാശം പുറപ്പെടുവിക്കുന്ന ഭാഗം. ലൂസിഫെറീൻ, ലൂസിഫെറേസ് എന്നീ എൻസൈമുകളുടെ പ്രവർത്തനംമൂലം ആണ് പ്രകാശം ഉണ്ടാകുന്നത്. ധാരാളം ഓക്സിജൻ ആവശ്യമായ ഈ രാസപ്രവർത്തനത്തിനുവേണ്ട ഊർജ്ജം നല്കുന്നത് അഡിനോസിൻട്രൈ ഫോസ്ഫേറ്റ് (ATP) തന്മാത്രകളാണ്. തണുത്ത പ്രകാശം ആയതിനാൽ താപരൂപത്തിലുള്ള ഊർജ്ജനഷ്ടം ഉണ്ടാകുന്നില്ല.

മിന്നാമിനുങ്ങുകൾ രണ്ടായിരത്തിലേറെ ഇനത്തിൽ പെട്ടവയുണ്ട്. ആൺ മിന്നാമിനുങ്ങുകളേക്കാൾ പെൺമിന്നാമിനുങ്ങുകൾക്ക് പ്രകാശം കുറവാണ്. ഓരോ ഇനത്തിൽപെട്ടവയുടേയും മിന്നലിന് കൃത്യമായ ഇടവേളകൾ ഉണ്ട്. ഈ ഇടവേളകളുടെ ക്രമം മനസ്സിലാക്കിയാണ് അവ സ്വന്തം ഇനത്തിൽപെട്ട ഇണയെ തിരിച്ചറിയുന്നത്.

92. ആന ചെവിയാട്ടുന്നതെന്തിന്?

അന്തരീക്ഷതാപനിലയ്ക്കനുസരണമായി ശരീരോഷ്മാവ് നിയന്ത്രിക്കുന്നതിന് പക്ഷിമൃഗാദികൾ പല മാർഗ്ഗവും സ്വീകരിക്കാറുണ്ട്. പട്ടി വായ് തുറന്ന് നാക്കു പുറത്തേക്കു നീട്ടി കിതയ്ക്കുന്നതും ചില പക്ഷികൾ വായ് തുറന്ന് പിടിക്കുന്നതും ശരീരത്തിന്റെ താപനില നിയന്ത്രിക്കുവാനാണ്. ആനയുടെ മുറംപോലെ വലുപ്പമുള്ള ചെവിയും അതു വീശുന്നതും ശരീര ഊഷ്മാവ് നിയന്ത്രിക്കുന്നതുമായി ബന്ധപ്പെട്ടിരി

ക്കുന്നു. കൂടാതെ ഈച്ച, തുമ്പി, ചെള്ള് തുടങ്ങിയ ചെറുപ്രാണികളുടെ ശല്യം നിയന്ത്രിക്കാനും ഇത് ഉപകരിക്കുന്നതാണ്.

93. പാമ്പിൻമുട്ടകൾ വിരിഞ്ഞ് കുഞ്ഞുങ്ങൾ പുറത്തു വരുന്നതിന് മുമ്പ് മുട്ടയുടെ വലുപ്പം കൂടുന്നു. എന്നാൽ പക്ഷികളുടെ മുട്ടയ്ക്ക് ഇങ്ങനെ സംഭവിക്കുന്നില്ല. കാരണം എന്ത്?

കോഴിമുട്ടയും മറ്റും വിരിയുമ്പോൾ അതിനകത്ത് കുഞ്ഞ് വളർന്നുവരുന്നുണ്ടെങ്കിലും മുട്ടയുടെ വലുപ്പം കൂടുന്നില്ല. കോഴിക്കുഞ്ഞ് പൂർണ്ണ വളർച്ച എത്തുമ്പോൾ മുട്ടത്തോടു പൊട്ടി അതു പുറത്തു വരുകയാണ് ചെയ്യുന്നത്. പക്ഷേ, പാമ്പിന്റെ കാര്യത്തിൽ മുട്ടയ്ക്കുള്ളിലെ കുഞ്ഞ് വളർന്നു രൂപാന്തരപ്പെട്ടു വരുന്നതിനൊപ്പം മുട്ടയും വലുതാകുന്നു. പാമ്പിന്റെ മുട്ടത്തോട് പക്ഷികളുടേതുപോലെ കട്ടിയുള്ളതല്ല. വളരെ മൃദുവായ പതപോലെയുള്ള ഒരു വസ്തു ആകയാൽ അകത്തു കുഞ്ഞു വളരുന്നതിനനുസരിച്ച് തോട് വലിഞ്ഞു കൊടുക്കുന്നതിനാൽ കൂടുതൽ വലുപ്പം ഉണ്ടാകുന്നു. ഈ പ്രത്യേകത കൊണ്ടാണ് കുറച്ചുപൊക്കത്തിൽ നിന്നും താഴേക്കിട്ടാലും പാമ്പിൻമുട്ട പൊട്ടാതിരിക്കുന്നത്. മുട്ടയ്ക്കുള്ളിൽ വളരുന്ന പാമ്പിൻകുഞ്ഞ് വളർച്ച പൂർത്തിയാക്കി പുറത്തു വരാറാകുമ്പോൾ അതിന്റെ മുകൾത്താടിയിൽ കൂർത്ത ഒരു പല്ല് രൂപപ്പെടുന്നു. ഇതുപയോഗിച്ച് തോടു പൊട്ടിച്ചാണ് കുഞ്ഞു പുറത്തു വരുന്നത്. മുട്ട വിരിഞ്ഞ് കുഞ്ഞു പുറത്തുവന്നു കഴിഞ്ഞാൽ ഈ പല്ല് തനിയെ പൊഴിഞ്ഞു പോകുന്നു.

94. വൈദ്യുതിലൈനുകളിലെ കമ്പിയിൽ പക്ഷികൾ നിരനിരയായി ഇരിക്കുന്നത് നാം കാണാറുണ്ട്? എന്തുകൊണ്ടാണ് അവയ്ക്ക് വൈദ്യുതാഘാതം ഏല്ക്കാത്തത്?

വൈദ്യുതി പ്രവാഹത്തെ ജലത്തിന്റെ പ്രവാഹവുമായി താരതമ്യപ്പെടുത്താവുന്നതാണ്. ജലം എപ്പോഴും ഉയർന്ന നിലയിൽനിന്ന് താഴേക്കു പ്രവഹിക്കുന്നതുപോലെ വൈദ്യുതിയും ഉയർന്ന പൊട്ടൻഷ്യൽ സ്ഥലത്തുനിന്നും താഴ്ന്ന പൊട്ടൻഷ്യലിലേക്കേ പ്രവഹിക്കുകയുള്ളൂ.

വൈദ്യുതി വിതരണ ലൈനുകളിൽ രണ്ടു കമ്പികൾ ഉണ്ട്. ഒന്ന് ഉയർന്ന പൊട്ടൻഷ്യലിലുള്ളതും, മറ്റേത് പൊട്ടൻഷ്യൽ പൂജ്യം ആയിട്ടുള്ളതും ആണ്. ഉയർന്ന പൊട്ടൻഷ്യലുള്ള കമ്പിയിൽ കൂടി ഒരേ പൊട്ടൻഷലിലുള്ള വൈദ്യുതി ആണ് പ്രവഹിക്കുന്നത്. പൂജ്യം പൊട്ടൻഷ്യൽ ഉള്ള കമ്പിയിൽക്കൂടി വൈദ്യുതി പ്രവാഹമേ ഇല്ല. പക്ഷി ഒരു കമ്പിയിൽ ഇരിക്കുമ്പോൾ അതിന്റെ പൊട്ടൻഷ്യൽ കമ്പിയിലേതു തന്നെ ആയിരിക്കും. എന്നാൽ ഇതിന് പൂജ്യം പൊട്ടൻഷ്യൽ ഉള്ള ന്യൂട്രൽ കമ്പിയുമായി സമ്പർക്കം ഉണ്ടായാൽ വൈദ്യുതി പ്രവഹിക്കുകയും തൽഫലമായി വൈദ്യുതാഘാതം ഉണ്ടാവുകയും ചെയ്യും.

95. ഇലക്ട്രിക് പ്ലഗ്ഗിലെ ഒരു പിൻ മറ്റു രണ്ടു പിന്നുകളേക്കാൾ കൂടുതൽ നീളമുള്ളതായിരിക്കുന്നത് എന്തിനാണ്?

വൈദ്യുതികൊണ്ടു പ്രവർത്തിക്കുന്ന ഉപകരണങ്ങൾ ഉപയോഗിക്കുമ്പോൾ വൈദ്യുതി ബന്ധം സ്ഥാപിക്കാനാണല്ലോ പ്ലഗ്ഗ് ഉപയോഗിക്കുന്നത്. ഇവയുടെ പിന്നുകളിൽ ഒരെണ്ണം നീളക്കൂടുതലും മറ്റേത് രണ്ടും തുല്യനീളത്തിലും ആണ് ഉണ്ടാക്കിയിരിക്കുന്നത്. നീളക്കൂടുതലുള്ള എർത്ത് പിന്നിൽകൂടി വൈദ്യുതി പ്രവഹിക്കുന്നില്ല. മറ്റു രണ്ടു പിന്നുകളിൽ കൂടിയാണ് ഉപകരണത്തിലേക്ക് വൈദ്യുതി പ്രവഹിക്കുന്നത്. പ്ലഗ്ഗ് വൈദ്യുതിലൈനിലേക്ക് ബന്ധിപ്പിക്കുമ്പോൾ നീളക്കൂടുതലുള്ള എർത്ത്പിൻ ആദ്യം തന്നെ ഉള്ളിലേക്ക് കയറുന്നതിനാൽ ഉപകരണത്തിന് ഭൂമിയുമായുള്ള ബന്ധം സ്ഥാപിക്കപ്പെടുന്നു. എന്തെങ്കിലും കാരണവശാൽ ഉപകരണത്തിലെ ലോഹനിർമ്മിത ഭാഗങ്ങളിൽകൂടി വൈദ്യുതി പ്രവാഹം ഉണ്ടാകാൻ ഇടയായാൽ ഉപകരണം സ്പർശിക്കുന്ന ആളിന് ഷോക്ക് ഏല്ക്കാതിരിക്കാനുള്ള സുരക്ഷാ സംവിധാനമാണ് ഇത്.

96. ഇടിയും മിന്നലും എങ്ങനെ ഉണ്ടാകുന്നു?

ഭൂമദ്ധ്യരേഖയോടു ചേർന്നുള്ള ഭാഗങ്ങളിലാണല്ലോ കൂടുതൽ ശക്തമായ സൂര്യതാപം ലഭിക്കുന്നത്. ഉപരിതലത്തിനടുത്തുള്ള അന്തരീക്ഷവായുവേഗത്തിൽ ചൂടുപിടിച്ച് മേല്പോട്ടുയരുന്നു. ഇതിൽ നീരാവിയുടെ അളവ് വളരെ കൂടുതലായിരിക്കും. മുകളിലേക്ക് പോകുന്തോറും താപനില കുറയുന്നതിനാൽ വായു തണുത്ത് കറുത്ത മഴമേഘങ്ങൾ ഉണ്ടാകുന്നു. തൽഫലമായി ഉണ്ടാകുന്ന മഞ്ഞുകണങ്ങളും ജലകണങ്ങളും അന്തരീക്ഷമർദ്ദത്തിനു വിധേയമാകുന്നതിനാൽ വൈദ്യുതചാർജ്ജുള്ള കണങ്ങളായി മാറുന്നു. കൂടാതെ ബഹിരാകാശത്തുനിന്നും എത്തുന്ന കോസ്മിക് രശ്മികളുടെ പ്രവർത്തനം മൂലവും ചാർജ്ജ് കണികകൾ ഉണ്ടാകുന്നു. സാന്ദ്രതാ വ്യത്യാസം ഉള്ളതിനാൽ പോസിറ്റീവ് ചാർജ്ജുള്ള കണികകൾ മേഘപാളികൾക്കു മുകളിലും നെഗറ്റീവ് ചാർജ്ജുള്ളവ അടിയിലുമായി കേന്ദ്രീകരിക്കുന്നു. നെഗറ്റീവ് ചാർജ്ജുള്ള മേഘപടലം പോസിറ്റീവ് ചാർജ്ജുള്ള ഭൂമിയിലേക്ക് ആകർഷിക്കപ്പെടുമ്പോൾ ഉണ്ടാകുന്ന വൈദ്യുതസ്ഫുരണം ആണ് മിന്നലായി നാം കാണുന്നത്.

വിപരീത ചാർജ്ജുകളുള്ള മേഘപാളികൾ കൂട്ടിമുട്ടുമ്പോൾ ആണ് ഇടിയും മിന്നലും ഉണ്ടാകുന്നത്. പ്രകാശ തരംഗം ശബ്ദതരംഗത്തേക്കാൾ വളരെ വേഗത്തിൽ സഞ്ചരിക്കുന്നതിനാൽ മിന്നലിന്റെ പ്രകാശം നമുക്ക് ആദ്യം തന്നെ കാണപ്പെടുന്നു. ഇടിയുടെ ശബ്ദം കുറച്ചുകഴിഞ്ഞു മാത്രമേ കേൾക്കുകയുള്ളൂ. ഇവരണ്ടും തമ്മിലുള്ള സമയദൈർഘ്യം മനസ്സിലാക്കിയാൽ ഇടിമിന്നൽ എത്ര ദൂരെയായിട്ടാണ് ഉണ്ടായതെന്ന് കണക്കാക്കാൻ കഴിയും. ഇതിന് ഒരു എളുപ്പവഴി ഉണ്ട്. സെക്കന്റിലുള്ള സമയദൈർഘ്യത്തിന്റെ മൂന്നിൽ ഒന്നായിരിക്കും

കിലോമീറ്ററിലുള്ള ദൂരം. ഉദാഹരണത്തിന്, മിന്നൽ കണ്ടുകഴിഞ്ഞ് ആറു സെക്കന്റു കഴിഞ്ഞാണ് ഇടിയുടെ ശബ്ദം നാം കേൾക്കുന്നതെങ്കിൽ നാം നില്ക്കുന്നിടത്തുനിന്നും രണ്ടു കിലോമീറ്റർ ദൂരെ ആയിരിക്കും ഇടിമിന്നൽ ഉണ്ടായിരിക്കുന്നത്.

97. കൊടുങ്കാറ്റും മഴയും ഉള്ളപ്പോൾ ചില സമയത്ത് പാറക്കഷണങ്ങൾ പോലെ ഐസുകട്ടകൾ പൊഴിയാറുണ്ട്. എന്താണ് ഇതിനുകാരണം?

നമ്മുടെ നാടൻ ഭാഷയിൽ 'ആലിപ്പഴം' പൊഴിയുന്നു എന്നാണിതിനു പറയാറ്. ഇംഗ്ലീഷിൽ 'Hail Stones' എന്ന് പറയുന്നു. പാറക്കഷണങ്ങൾപോലെ കട്ടിയുള്ള ഇവ മഞ്ഞുകട്ടകൾ തന്നെയാണ്. ചെറിയ മഞ്ഞുകണങ്ങൾ കാറ്റുമൂലം കൂടുതൽ മുകളിലേക്ക് പോവുകയും അവിടെയുള്ള അതിശൈത്യ ജലകണങ്ങളിൽ തട്ടി കൂടുതൽ ജലം ഘനീഭവിച്ച് വലിയ പരലുകൾ ഉണ്ടാകുന്നു. ഇവയാണ് താഴേക്ക് പൊഴിഞ്ഞു വീഴുന്നത്. സാധാരണയായി ചെറിയ പാറക്കഷണങ്ങൾ പോലെ ഉറച്ച മഞ്ഞുകട്ടകളായിരിക്കും ഇവ. അപൂർവ്വമായി ഫുട്ബോളിന്റെ വലുപ്പം ഉള്ളവയും കാണപ്പെടാറുണ്ട്. കാർഷികവിളകളും മറ്റും നശിപ്പിക്കാനും ആളുകൾക്ക് ജീവഹാനി ഉണ്ടാക്കാനും ഇവയ്ക്ക് കഴിയുമത്രേ.

98. പർവ്വതത്തിന്റെ മുകളിലേക്ക് പോകുമ്പോൾ കൂടുതൽ തണുപ്പ് അനുഭവപ്പെടുന്നതെന്തുകൊണ്ട്?

പർവ്വതത്തിന്റെ മുകളിലേക്ക് പോകുന്നമ്പോൾ നാം സൂര്യനോട് കൂടുതൽ അടുക്കുകയാണെങ്കിലും അവിടെ കൂടുതൽ തണുപ്പ് അനുഭവപ്പെടുന്നു. ഇതിനു കാരണം സൂര്യരശ്മികൾ നേരിട്ട് അന്തരീക്ഷ വായുവിനെ ചൂടാക്കുന്നില്ല എന്നതുതന്നെ. സൂര്യന്റെ ചൂട് ഭൂമിയുടെ ഉപരിതലത്തിൽ പതിച്ചിട്ട് അവിടെനിന്നും പുറത്തേക്ക് വികിരണം ചെയ്യപ്പെടുകയാണ് ചെയ്യുന്നത്. ഉപരിതലത്തിലെ ചൂട് എപ്പോഴും കൂടുതലായിരിക്കുന്നതിനാൽ ഭൂമിയോടു ചേർന്നുള്ള വായുവിന് കൂടുതൽ ചൂട് ലഭിക്കുന്നതാണ്. മുകളിലേക്ക് പോകുന്തോറും ചൂട് കുറഞ്ഞു വരുന്നു. അന്തരീക്ഷവായുവിനെ പല അടുക്കുകളായി വിഭജിച്ചിട്ടുണ്ട്. ഉപരിതലത്തോടു ചേർന്നുള്ള ഭാഗം ആണ് Toposphere. ഇതിനു മുകളിലായി Stratosphere, Mesosphere, Ionosphere എന്നീ മേഖലകളും ഉണ്ട്. ഉപരിതലത്തിൽനിന്നും ഏകദേശം 11,000 മീറ്റർ വരെ ഉയരത്തിലുള്ള ഭാഗമാണ് Toposphere. ഇവിടെ മുകളിലേക്ക് പോകുമ്പോൾ ഓരോ 300 മീറ്ററിനും 2°C വീതം താപനില കുറയുമെന്നാണ് കണക്കാക്കപ്പെട്ടിട്ടുള്ളത്. അതിനാൽ ഉയരംകൂടിയ പർവ്വതങ്ങളിൽ എല്ലായ്പോഴും തണുപ്പ് അനുഭവപ്പെടുന്നു.

99. വായുവിൽ പറന്നുപൊങ്ങുന്ന വിമാനങ്ങൾക്ക് ഇടിമിന്നൽ മൂലം അപകടം ഉണ്ടാകുന്നില്ല. എന്തുകൊണ്ട്?

വിപരീത വൈദ്യുതചാർജ്ജ് ഉള്ള മേഘപാളികൾ തമ്മിൽ കൂട്ടിമുട്ടുന്നതുമൂലം ആണ് ഇടിയും മിന്നലും ഉണ്ടാകുന്നത്. ഉയർന്ന വോൾട്ടതയിലുള്ള വൈദ്യുതിസ്ഫുരണം ജലകണങ്ങൾ നിറഞ്ഞ അന്തരീക്ഷവായുവിൽകൂടി ഭൂമിയിലേക്ക് ആകർഷിക്കപ്പെടുമ്പോൾ അതിന്റെ പാതയിലുള്ള മരങ്ങൾക്കും കെട്ടിടങ്ങൾക്കുമെല്ലാം വൈദ്യുതാഘാതം ഏല്ക്കുകയും തൽഫലമായി ഉണ്ടാകുന്ന ഉയർന്ന താപനിലയിൽ തീപിടിത്തം ഉണ്ടാവുകയും ചെയ്യും. എന്നാൽ വായുവിൽക്കൂടി സഞ്ചരിക്കുന്ന വിമാനത്തിന് ഭൂമിയുമായി സമ്പർക്കമില്ലാത്ത തിനാൽ അതിന്റെ എല്ലാ ഭാഗങ്ങളിലും ഒരേ വോൾട്ടത ആയിരിക്കും. വോൾട്ടതാ വ്യത്യാസം ഇല്ലാത്തതിനാൽ വൈദ്യുതി പ്രവഹിക്കുകയില്ല. അങ്ങനെ ഇടിമിന്നൽമൂലം അപകടം ഉണ്ടാവുകയില്ല.

100. ഉപഗ്രഹ വിക്ഷേപണം എപ്പോഴും കിഴക്കൻ തീരത്തുനിന്നും നടത്തുന്നതെന്തുകൊണ്ട്?

ഭൂമി പടിഞ്ഞാറുനിന്നും കിഴക്കോട്ടാണ് ഭ്രമണം ചെയ്യുന്നത്. അതുകൊണ്ടാണ് സൂര്യനും ചന്ദ്രനും മറ്റും കിഴക്കുനിന്നും പടിഞ്ഞാറോട്ട് നീങ്ങുന്നതായി തോന്നുന്നത്. ഭൗമാന്തരീക്ഷത്തിനു വെളിയിൽനിന്നും നോക്കുന്ന ബഹിരാകാശ സഞ്ചാരി ഭൂമിയുടെ ഉപരിതലത്തിലെ വസ്തുക്കൾ കിഴക്കോട്ടു നീങ്ങുന്നതായിട്ടാണ് കാണുക. കിഴക്കൻ തീരത്തുനിന്നും മുകളിലേക്ക് വിക്ഷേപിക്കുന്ന റോക്കറ്റിന് ഭൂമിയുടെ ഭ്രമണവേഗതകൂടി ലഭിക്കുന്നതിനാൽ ഇന്ധനലാഭം കൂടുതൽ ആയിരിക്കും. എതിർദിശയിലാണ് വിക്ഷേപണം നടത്തുന്നതെങ്കിൽ ഭൂമിയുടെ ഭ്രമണവേഗത മറികടന്നു മാത്രമേ റോക്കറ്റിന് മുകളിലേക്ക് ഉയരാൻ കഴിയുകയുള്ളൂ. അതുവഴി കൂടുതൽ ഇന്ധന നഷ്ടം ഉണ്ടാകുന്നതാണ്. കൂടാതെ എന്തെങ്കിലും കാരണവശാൽ അപകടത്തിൽപെടുന്ന വാഹനം തകർന്നുവീഴാനിടയായാൽ അത് ജനവാസകേന്ദ്രങ്ങളെ ഒഴിവാക്കി കടലിലേക്കു തന്നെ വീഴുമെന്നുള്ളതും വിക്ഷേപണത്തിന് കിഴക്കൻ തീരം തെരഞ്ഞെടുക്കാൻ കാരണമാണ്.

101. ചന്ദ്രനിൽ മനുഷ്യന്റെ കാല്പാടുകൾ മായാതെ കിടക്കുന്നതെന്തുകൊണ്ട്?

നാം മണ്ണിലോ ചെളിയിലോ ചവുട്ടിയാൽ നമ്മുടെ കാല്പാടുകൾ അവിടെ പതിയുകയും കുറച്ചുസമയം കഴിയുമ്പോൾ അവ തനിയെ അപ്രത്യക്ഷമാവുകയും ചെയ്യുമല്ലോ. കാറ്റുമൂലം പൊടിയും മണലും വീണ് കാല്പാടുകൾ നികന്നുപോകുന്നതിനാലാണ് ഇങ്ങനെ സംഭവിക്കുന്നത്. എന്നാൽ ചന്ദ്രനിൽ അന്തരീക്ഷവായു ഇല്ലാത്തതിനാൽ കാറ്റ് ഇല്ല. അക്കാരണത്താൽ കാല്പാടുകൾ മണ്ണോ പൊടിയോ കൊണ്ട് മൂടി മറയ്ക്കപ്പെടുന്നില്ല.

102. പ്ലൂട്ടോ ഒരു ഗ്രഹമായി കണക്കാക്കപ്പെടുന്നില്ല. എന്താണ് ഇതിനു കാരണം?

ഗ്രഹങ്ങൾ ഒരു നിശ്ചിത പാതയിൽ കൂടി സൂര്യനുചുറ്റും കറങ്ങുന്ന ഗോളാകൃതിയിലുള്ള വസ്തുക്കളാണ്. വാനനിരീക്ഷണത്തിനുള്ള അത്യാധുനിക ഉപകരണങ്ങൾ ഉപയോഗിച്ചു നടത്തിയ പഠനങ്ങളിൽ ഗ്രഹങ്ങളുടെ പ്രത്യേക സവിശേഷതകൾ പ്ലൂട്ടോക്ക് ഇല്ലെന്ന് മനസ്സിലാക്കാൻ കഴിഞ്ഞു. ഗുരുത്വാകർഷണം കുറവായതിനാൽ ഗോളാകൃതി അല്ലെന്നും മറ്റു ഗ്രഹങ്ങളെപ്പോലെ ഒരേ പ്രതലത്തില്ല സൂര്യനു ചുറ്റും കറങ്ങുന്നതെന്നും കണ്ടുപിടിച്ചു. അന്താരാഷ്ട്ര അസ്ട്രോണമി യൂണിയൻ 2006 ൽ നടത്തിയ അഭിപ്രായ വോട്ടെടുപ്പിൽ 137 അംഗങ്ങൾ അനുകൂലമായും 154 പേർ പ്രതികൂലമായും അഭിപ്രായം രേഖപ്പെടുത്തി. അങ്ങനെ പ്ലൂട്ടോയുടെ 'ഗ്രഹം' എന്ന പദവി നഷ്ടമായി. ഇപ്പോൾ ഇത് ഒരു " dwarf planet" ആയിട്ടാണ് കരുതപ്പെടുന്നത്.

103. സൗരയൂഥത്തിലെ ഗ്രഹങ്ങൾ വ്യത്യസ്തനിറങ്ങളിൽ കാണപ്പെടുന്നതെന്തുകൊണ്ട്?

ഘടനയിലുള്ള വ്യത്യാസം കാരണമാണ് ഗ്രഹങ്ങൾ വ്യത്യസ്ത നിറങ്ങളിൽ കാണപ്പെടുന്നത്.

ബുധൻ (Mercury) - സൂര്യനോട് ഏറ്റവും അടുത്തുള്ള ഗ്രഹം ആണല്ലോ ബുധൻ. ഇതിന് ഭൂമിയെപ്പോലെ അന്തരീക്ഷം ഇല്ല. കൂടാതെ ഉപരിതലം ഇരുണ്ട പാറകൾ നിറഞ്ഞതും ആണ്. ഇത് ചാരനിറത്തിലാണ് കാണപ്പെടുന്നത്.

ശുക്രൻ (Venus) - നിറമില്ലാത്ത സൾഫൂരിക് അമ്ലം ഉൾക്കൊള്ളുന്ന മേഘപാളികൾ ഉള്ളതിനാൽ മഞ്ഞ കലർന്ന വെളുപ്പു നിറമാണ് ഈ ഗ്രഹത്തിന്.

ചൊവ്വ(Mars) - ചുവപ്പുകലർന്ന ഓറഞ്ചുനിറത്തിലാണ് കാണുന്നത്. ഇരുമ്പിന്റെ ഓക്സൈഡ് കലർന്ന പൊടിപടലം ഉള്ളതുകൊണ്ടാണ് ഈ നിറം. അഗ്നിപർവ്വതങ്ങളും കുന്നുകളും നിറഞ്ഞതാണ് ഇതിന്റെ പ്രതലം.

വ്യാഴം (Jupiter) - വെളുപ്പും ഓറഞ്ചും ഇടകലർന്ന് കാണപ്പെടുന്നു. അമോണിയ വാതകം അടങ്ങിയ മേഘപാളികൾ വെളുപ്പുനിറവും അമോണിയം ഹൈഡ്രോസൾഫൈഡ് അടങ്ങിയ മേഘം ഓറഞ്ചു നിറവും പ്രദാനം ചെയ്യുന്നു.

ശനി(Saturn) - വടക്കുഭാഗം നീലനിറത്തിലും തെക്കുഭാഗം ഇളം മഞ്ഞനിറത്തിലും കാണുന്നു. ഗ്രഹത്തിനു ചുറ്റുമുള്ള വളയം (Saturn rings) സൂര്യപ്രകാശത്തെ വടക്കുഭാഗത്തേയ്ക്ക് കടത്തിവിടാത്തതിനാലാണ് ആ ഭാഗം നീല നിറത്തിൽ കാണുന്നത്.

യുറാനസ്, നെപ്ട്യൂൺ ഗ്രഹങ്ങൾക്ക് ഇളം നീലനിറമാണ്. ഇതിന്റെ കാരണം മീഥേൻ അടങ്ങിയ മേഘപാളികൾ ആണ്. നെപ്ട്യൂൺ സൂര്യനിൽനിന്നും കൂടുതൽ ദൂരത്തായതിനാൽ അതിന് കൂടുതൽ ഇരുണ്ട നീലനിറം ആണ്.

ഭൂമിയിൽനിന്നും നോക്കുമ്പോൾ മറ്റു ഗ്രഹങ്ങൾ മേല്പറഞ്ഞ വിവിധ വർണ്ണങ്ങളിലാണ് കാണപ്പെടുന്നത് എന്നാൽ ബഹിരാകാശത്തുനിന്നും നോക്കുമ്പോൾ ഭൂമി ഇളം നീല നിറത്തിനിടയിൽ മേഘങ്ങളുടെ വെള്ളനിറത്തോടുകൂടിയാണ് കാണപ്പെടുന്നത്.

104. ലോകത്തെവിടെ നിന്നു നോക്കിയാലും ആകാശം ഒരേപോലെ ആണോ കാണുന്നത്?

അല്ല. ഇന്ത്യയിൽ ഏതെങ്കിലും ഒരു സ്ഥലത്തുനിന്നും നോക്കുന്ന ആൾ കാണുന്ന ആകാശമല്ല അമേരിക്കയിൽനിന്നു നോക്കുന്ന ആൾ കാണുന്നത്. ഭൂമിയിൽ ഏതെങ്കിലും ഒരു സ്ഥലത്തുനിന്ന് മുകളിലേക്കു നോക്കിയാൽ ആകാശത്തിന്റെ ഒരു പകുതി മാത്രമേ നാം കാണുകയുള്ളൂ. ആകാശത്തിന്റെ പ്രത്യേക ഗോളാകൃതി (dome shape) കാരണമാണിത്. ഭൂമി കറങ്ങുന്നതിനനുസരണമായി മുകളിലുള്ള ആകാശത്തിന്റെ ഭാഗവും മാറിക്കൊണ്ടിരിക്കും. കൃത്യമായും ഉത്തരധ്രുവത്തിലോ ദക്ഷിണധ്രുവത്തിലോ നില്ക്കുന്ന ഒരാൾക്ക് മുകളിൽ കാണുന്ന ആകാശം ഒരു ചെറുവൃത്തത്തിൽ കറങ്ങുന്നതായി തോന്നും. അക്ഷാംശത്തിലുള്ള മാറ്റം അനുസരിച്ച് നമുക്ക് അഭിമുഖമായി വരുന്ന ആകാശത്തിന്റെ ഭാഗവും മാറിക്കൊണ്ടിരിക്കും. ഒരേ അക്ഷാംശത്തിലുള്ള വിവിധ സ്ഥലങ്ങളിൽ നില്ക്കുന്നവർ ഒരേ ആകാശമാണ് കാണുന്നത്, പക്ഷേ, വ്യത്യസ്ത സമയങ്ങളിൽ ആണെന്നു മാത്രം.

105. ആകാശത്തിന് വ്യത്യസ്ത നിറങ്ങൾ കാണുന്നതെന്തുകൊണ്ട്?

വെള്ള നിറത്തിലുള്ള സൂര്യപ്രകാശം ഏഴുനിറങ്ങൾ ചേർന്ന ഒരു മിശ്രിതം ആണ്. വയലറ്റ്, ഇൻഡിഗോ, നീല, പച്ച, മഞ്ഞ, ഓറഞ്ച്, ചുവപ്പ് എന്നിവയാണ് സൂര്യരശ്മിയിലെ ഘടക വർണ്ണങ്ങൾ. ഇവ എല്ലാംകൂടി ചേർന്നാണ് വെളുപ്പുനിറം നല്കുന്നത്. ഓരോ നിറങ്ങളും വ്യത്യസ്തമായ തരംഗദൈർഘ്യവും തീക്ഷ്ണതയും ഉള്ളവയാണ്. പൊടിപടലം, ജലകണങ്ങൾ, നീരാവി, മറ്റു വാതകങ്ങൾ എന്നിവ അടങ്ങിയ അന്തരീക്ഷത്തിൽക്കൂടി കടന്നുവരുമ്പോൾ സൂര്യപ്രകാശം അതിന്റെ ഘടകവർണ്ണങ്ങളായി വേർതിരിക്കപ്പെടുന്നു.

തെളിഞ്ഞ അന്തരീക്ഷത്തിൽ ആകാശത്തിന് നീലനിറം ആണ്. വായുവിലെ വാതകതന്മാത്രകളിൽ തട്ടിവരുന്ന സൂര്യരശ്മിയിലെ നീലനിറം മാത്രം നമ്മുടെ കണ്ണിൽ പതിക്കുന്നതുകൊണ്ടാണ് ഇങ്ങനെ കാണുന്നത്. മറ്റു ഘടകവർണ്ണങ്ങളെല്ലാം ആഗിരണം ചെയ്യപ്പെടുന്നു. സായംസന്ധ്യയിൽ ആകാശം അരുണാഭമായിട്ടാണല്ലോ കാണുന്നത്. ഉദയാസ്തമയ സമയങ്ങളിൽ പ്രകാശത്തിന് ഭൂമിയിൽ എത്താൻ കൂടുതൽ ദൂരം സാന്ദ്രത കൂടിയ അന്തരീക്ഷവായുവിൽകൂടി കടന്നു വരേണ്ടതുണ്ട്. അപ്പോൾ തീക്ഷ്ണത കൂടിയ ചുവപ്പുനിറം മാത്രമേ നമ്മുടെ കണ്ണുകളിൽ എത്തുകയുള്ളൂ. മറ്റു വർണ്ണങ്ങൾ പൊടിപടലങ്ങളിൽ ആഗിരണം ചെയ്യപ്പെടുന്നു.

മഴക്കാറുള്ളപ്പോൾ അന്തരീക്ഷവായു അതിസൂക്ഷ്മമായ ജലകണങ്ങളാൽ പൂരിതമായിരിക്കും. ഈ ജലകണങ്ങളിൽ തട്ടി ഏഴു ഘടകവർണ്ണങ്ങളും വേർതിരിക്കപ്പെടുന്നതിനാലാണ് മനോഹരമായ മഴവില്ല് പ്രത്യക്ഷപ്പെടുന്നത്. അങ്ങനെ അന്തരീക്ഷ വായുവിന്റെ സാന്നിദ്ധ്യത്തിൽ സൂര്യപ്രകാശത്തിനു സംഭവിക്കുന്ന മാറ്റംമൂലം ആണ് ആകാശത്തിന് വ്യത്യസ്ത നിറങ്ങൾ കാണുന്നത്.

106. രാത്രികാലങ്ങളിൽ യാത്രചെയ്യുമ്പോൾ ദൂരെ പട്ടണത്തിലെ ലൈറ്റുകൾ മിന്നിമിന്നി കാണുന്നു. എന്നാൽ അടുത്തു വരുമ്പോൾ അങ്ങനെ കാണുന്നില്ല. കാരണം എന്ത്?

പല കാരണങ്ങളാൽ പട്ടണത്തിലെ അന്തരീക്ഷം കൂടുതൽ ചൂടുപിടിക്കുന്നു. ചുടുപിടിച്ച വായു മുകളിലേക്ക് ഉയരുകയും തൽസ്ഥാനത്തേക്ക് പുറമെനിന്നും തണുത്തവായു പ്രവഹിക്കുകയും ചെയ്യും. അത് ചൂടായി വീണ്ടും മേല്പ്പോട്ടുയരുകയും ഈ വായുപ്രവാഹം അനുസ്യൂതം തുടർന്നുകൊണ്ടും ഇരിക്കും. വായുവിന്റെ ഈ ചലനം മൂലമാണ് ദൂരെ നിന്നും നോക്കുമ്പോൾ ലൈറ്റുകൾ മിന്നിമിന്നി കാണുന്നത്. എന്നാൽ അടുത്തേക്ക് വരുന്തോറും പ്രകാശത്തിലേക്കുള്ള ദൂരം കുറഞ്ഞു വരുന്നതിനാൽ വായുവിന്റെ ചലനം അത്രയ്ക്ക് അനുഭവപ്പെടുന്നില്ല. തന്മൂലം ലൈറ്റുകൾ അനങ്ങാതെ നില്ക്കുന്നതായി കാണുന്നു.

107. സ്റ്റെയിൻലെസ് സ്റ്റീൽ എന്തുകൊണ്ട് തുരുമ്പിക്കുന്നില്ല?

ഇരുമ്പ് ജലാംശത്തിന്റെ സാന്നിദ്ധ്യത്തിൽ അന്തരീക്ഷവായുവിലെ ഓക്സിജനുമായി പ്രതിപ്രവർത്തിച്ച് ഇരുമ്പിന്റെ ഓക്സൈഡും ഹൈഡ്രോക്സൈഡുമായി മാറുന്നതാണ് തവിട്ടുനിറത്തിലുള്ള തുരുമ്പ്. ഇത് ഒരു രാസപ്രക്രിയ ആണ്.

സ്റ്റെയിൻലെസ് സ്റ്റീൽ ഒരു ലോഹസങ്കരം ആണ്. ഇരുമ്പു കൂടാതെ കാർബൺ, ക്രോമിയം, മാംഗനീസ്, നിക്കൽ, മോളിബ്ഡീനം തുടങ്ങിയ മൂലകങ്ങൾ നിശ്ചിത അളവിൽ ഇതിൽ അടങ്ങിയിട്ടുണ്ട്. ഈ മൂലകങ്ങൾ അന്തരീക്ഷവായുവിലെ ഓക്സിജനുമായി ചേർന്ന് വളരെ നേർത്തതും എന്നാൽ ദൃഢമായതുമായ ഒരു ഓക്സൈഡ് സ്തരം ഉണ്ടാക്കുന്നു. ഈ സ്തരം ഉപരിതലം പൂർണ്ണമായും മൂടപ്പെടുന്നതിനാൽ ഇരുമ്പിന് വായുവുമായുള്ള സമ്പർക്കം നഷ്ടപ്പെടുന്നു. അതിനാൽ തുരുമ്പിക്കൽ പ്രക്രിയ നടക്കുന്നില്ല. ഈ സ്തരം വളരെ നേർത്തതും സുതാര്യവും ആയതിനാൽ നമ്മുടെ നേത്രങ്ങൾകൊണ്ട് കാണാൻ സാധിക്കുന്നില്ല. ഇങ്ങനെ ഓക്സൈഡ്സ്തരം ഉണ്ടാക്കുന്നതിൽ പ്രധാന പങ്കു വഹിക്കുന്നത് ക്രോമിയം ആണ്. വിവിധ ഇനം സ്റ്റെയിൻലെസ് സ്റ്റീലുകളിൽ പത്തു ശതമാനത്തിൽ കുറയാതെ ക്രോമിയം അടങ്ങിയിട്ടുണ്ട്.

108. നോൺസ്റ്റിക് പാത്രങ്ങളിലെ ടെഫ്ലോണി (Teflon)ൽ മറ്റു വസ്തുക്കളൊന്നും പറ്റിപ്പിടിക്കുന്നില്ല. എന്നാൽ ഇത് ലോഹപ്പാത്രത്തിൽ പറ്റിച്ചേർന്നിരിക്കുന്നതെങ്ങനെ?

ടെഫ്ലോൺ എന്നറിയപ്പെടുന്ന വസ്തുവിന്റെ രാസനാമം പോളിടെട്രാഫ്ളൂറോ എഥിലീൻ എന്നാണ്. ഇത് ഒരു പ്ലാസ്റ്റിക് വസ്തു ആണ്. ഇതിന്റെ പോളിമർ തന്മാത്രകളെ പൊതിഞ്ഞിരിക്കുന്ന ഫ്ളൂറിൻ മറ്റു വസ്തുക്കളെ വികർഷിക്കുന്നതുമൂലം ഒന്നും തന്നെ ഇതിൽ പറ്റിപ്പിടിക്കുകയില്ല.

ടെഫ്ലോൺ ലോഹപ്പാത്രത്തിൽ പിടിപ്പിക്കുന്നതിന് രണ്ടു മാർഗ്ഗങ്ങൾ ഉപയോഗിക്കാറുണ്ട്. ഒന്നാമത്തേത് സിന്ററിങ് (Sintering) ആണ്. ഇത് ഉരുക്കലിനു (melting) സമാനമായ രീതി ആണ്. ഉയർന്ന താപനിലയിൽ ചൂടാക്കിയിട്ട് ലോഹപ്പാത്രത്തിൽ പ്രസ്സു ചെയ്ത് പിടിപ്പിക്കുകയാണ് ഇവിടെ ചെയ്യുന്നത്. ഇത് തണുത്ത് സാധാരണ താപനിലയിലെത്തുമ്പോൾ കാലക്രമേണ ഇളകിപ്പോകാനുള്ള സാദ്ധ്യത ഉണ്ട്. രണ്ടാമത്തെ മാർഗ്ഗം പിടിപ്പിക്കേണ്ട പോളിമർ പ്രതലത്തിനെ രാസപ്രക്രിയവഴി മാറ്റുക എന്നതാണ്. ടെഫ്ലോണിന്റെ ഒരു പ്രതലത്തിൽ ശൂന്യമർദ്ദത്തിൽ വൈദ്യുതിയുടെ സഹായത്തോടെ മറ്റു അയോണുകൾ bombard ചെയ്ത് ഏതാനും ഫ്ളൂറിൻ കണങ്ങളെ പുറന്തള്ളുന്നു. ഈ സ്ഥാനത്ത് കൂടുതൽ പ്രവർത്തനക്ഷമത ഉള്ള ഓക്സിജൻ പിടിപ്പിക്കുന്നു. ഈ ഓക്സിജൻ ലോഹവുമായി അനായാസം രാസബന്ധത്തിലേർപ്പെടുന്നതാകയാൽ പാത്രത്തിൽ പറ്റിച്ചേർന്നിരിക്കുന്നു. നിരോക്സീകാരകങ്ങളുപയോഗിച്ച് കാർബൺ-ഫ്ളൂറിൻ ബന്ധം വേർപെടുത്തുന്ന രീതിയും നിലവിലുണ്ട്. ഫ്ളൂറിൻ മാറ്റിക്കഴിയുമ്പോൾ ഉണ്ടാകുന്ന കാർബൺ ഫ്രീറാഡിക്കലുകൾ തമ്മിൽ ചേർന്ന് അപൂരിത ഹൈഡ്രോകാർബണുകൾ ഉണ്ടാകുന്നു. ഇവ ലോഹവുമായി വേഗത്തിൽ സംയോജിക്കുന്നതുമൂലം ടെഫ്ലോൺ പാത്രത്തിൽ പറ്റിച്ചേർന്നിരിക്കുന്നു.

പാചകത്തിനുള്ള പാത്രങ്ങൾ നിർമ്മിക്കുന്നതു കൂടാതെ മറ്റു പല ഉപയോഗങ്ങളും ഇതിനുണ്ട്. ഡാറ്റ കമ്യൂണിക്കേഷൻ കേബിളുകളുടെ സംരക്ഷണത്തിനും വസ്ത്രങ്ങൾ അപ്ഹോൾസ്ട്രി എന്നിവയിലെ കറകൾ കളയുന്നതിനും ഇത് ഉപയോഗിക്കുന്നു.

109. ശരീരത്തിനുള്ളിൽ വയ്ക്കുന്ന സ്റ്റീൽ ദണ്ഡുകൾ മെറ്റൽ ഡിറ്റക്ടറിൽ കണ്ടുപിടിക്കപ്പെടുന്നില്ല. എന്താണ് കാരണം?

അപകടംമൂലം നമ്മുടെ ശരീരത്തിലെ എല്ലുകൾ ഒടിയുമ്പോൾ ഒടിഞ്ഞ ഭാഗങ്ങൾ കൂട്ടിച്ചേർക്കുന്നതിന് ഉള്ളിൽ കൂടി സ്റ്റീൽ ദണ്ഡു കടത്തി ഉറപ്പിച്ചു വയ്ക്കുന്ന ചികിത്സാരീതിയാണ് ഇന്ന് നിലവിലുള്ളത്. എന്നാൽ വിമാനത്തിലും മറ്റും യാത്രചെയ്യുമ്പോൾ സുരക്ഷാപരിശോധനയുടെ ഭാഗമായുള്ള മെറ്റൽ ഡിറ്റക്ടറുകളിൽ ഇവ കണ്ടുപിടിക്കപ്പെടുന്നില്ല.

കാന്തിക സ്വഭാവമുള്ള വസ്തുക്കൾ മാത്രമേ മെറ്റൽ ഡിറ്റക്ടറിൽ 'ബീപ്പ്' ശബ്ദം ഉണ്ടാക്കുകയുള്ളൂ. സ്റ്റെയിൻലെസ് സ്റ്റീൽ രണ്ടു തരത്തിലുള്ളവ ഉണ്ട്-കാന്തികസ്വഭാവം ഉള്ളവയും ഇല്ലാത്തവയും. കാന്തിക സ്വഭാവമുള്ളത് ഫെറൈറ്റ്സ്റ്റീൽ (Ferrite Steel) എന്നും കാന്തികസ്വഭാവമില്ലാത്തത് ആസ്റ്റെനൈറ്റ് (Austenite) എന്നും അറിയപ്പെടുന്നു. സാധാരണയായി അടുക്കളപ്പാത്രങ്ങൾ, കത്തി, സർജറി ഉപകരണങ്ങൾ തുടങ്ങിയവയുടെ നിർമ്മാണത്തിന് കാന്തികസ്വഭാവം ഇല്ലാത്ത സ്റ്റീൽ ആണ് ഉപയോഗിക്കുന്നത്. എല്ലുകൾ കൂട്ടിച്ചേർക്കാൻ ഉപയോഗിക്കുന്ന ദണ്ഡും ഈ ഇനത്തിൽ പെടുന്നതാകയാൽ ആണ് ഡിറ്റക്റ്ററിൽ കണ്ടുപിടിക്കാതിരിക്കുന്നത്.

110. ആഭരണ നിർമ്മാണത്തിന് വിവധ വർണ്ണങ്ങളിലുള്ള സ്വർണ്ണം ഇന്ന് ലഭ്യമാണ്. എങ്ങനെയാണ് സ്വർണ്ണത്തിന് വിവിധ വർണ്ണങ്ങൾ ലഭിക്കുന്നത്?

ശുദ്ധമായ സ്വർണ്ണം മഞ്ഞനിറത്തിലുള്ള മൃദുവായ ഒരു ലോഹം ആണ്. മറ്റു ലോഹങ്ങൾ സംയോജിപ്പിച്ചു കിട്ടുന്ന ലോഹസങ്കരമാണ് ആഭരണനിർമ്മാണത്തിന് ഉപയോഗിക്കുന്നത്. ഈ ലോഹങ്ങളുടെ സ്വഭാവവും അളവും വ്യത്യാസപ്പെടുത്തി ചുവപ്പ്, പച്ച, നീല, കറുപ്പ് എന്നീ വിവിധ വർണ്ണങ്ങളിൽ സ്വർണ്ണം നിർമ്മിക്കുന്നുണ്ട്.

ചുവന്ന സ്വർണ്ണം (Red Gold)

ചെമ്പ് ചേർത്തുണ്ടാക്കുന്ന ലോഹസങ്കരമാണ് ചുവന്ന സ്വർണ്ണം. ചെമ്പിന്റെ അളവിലുള്ള വ്യത്യാസം അനുസരിച്ച് റോസ്, പിങ്ക്, ചുവപ്പ് എന്നിങ്ങനെ വിവിധ വർണ്ണങ്ങൾ ലഭിക്കുന്നതാണ്. റോസ് സ്വർണ്ണത്തിൽ 75 ശതമാനം സ്വർണ്ണവും 25 ശതമാനം ചെമ്പും അടങ്ങിയിരിക്കുന്നു. ഫാഷൻ രംഗത്ത് വളരെ പ്രചാരം കിട്ടിയ റോസ് സ്വർണ്ണം പത്തൊൻപതാം നൂറ്റാണ്ടിൽ റഷ്യയിൽ ധാരാളമായി ഉപയോഗിച്ചിരുന്നു. ആഭരണങ്ങളുണ്ടാക്കാൻ മാത്രമല്ല സംഗീത ഉപകരണങ്ങളിലും റോസ് സ്വർണ്ണം ഉപയോഗിച്ചു വരുന്നു. ചെമ്പും സ്വർണ്ണവും തുല്യഅളവിൽ സംയോജിപ്പിച്ചാണ് ചുവന്ന സ്വർണ്ണം നിർമ്മിക്കുന്നത്.

പച്ച സ്വർണ്ണം (Green Gold)

ഇതിൽ 75 ശതമാനം സ്വർണ്ണവും 25 ശതമാനം വെള്ളിയും അടങ്ങിയിട്ടുണ്ട്. പച്ച കലർന്ന മഞ്ഞനിറമാണ് ഇതിന്. കൃത്രിമമായി നിർമ്മിക്കപ്പെടുന്നതു കൂടാതെ പ്രകൃതിയിൽനിന്നും ഇത് ലഭ്യമാണ്. പ്രകൃതിയിൽനിന്നും ലഭിക്കുന്ന ലോഹസങ്കരം ഇലക്ട്രം (Electrum) എന്നാണറിയപ്പെടുന്നത്. 20 ശതമാനം വെള്ളിയും ചെറിയ അളവിൽ ചെമ്പ്, ഇരുമ്പ്, പലേഡിയം, ബിസ്മത്ത് എന്നീ ലോഹങ്ങളും അടങ്ങിയിട്ടുള്ള ഇലക്ട്രം പുരാതനകാലം മുതൽ മനുഷ്യൻ ആഭരണ നിർമ്മാണത്തിനും നാണയമായും ഉപയോഗിച്ചു വന്നു. പ്രാചീന കാലത്ത് ഏഷ്യാമൈനാറിലെ 'ലിഡിയ'യിൽനിന്നും ഇലക്ട്രം ലഭിച്ചിരുന്നു.

പുരാതന ഈജിപ്തിൽ വൈൻകപ്പുകളായും നാണയമായും ഉപയോഗിച്ചിരുന്നതായി രേഖകൾ ഉണ്ട്.

പർപ്പിൾ ഗോൾഡ് (Purple Gold)

അലൂമിനിയം ചേർന്നുള്ള ലോഹസങ്കരമാണിത്. സ്വർണ്ണംകൂടാതെ നേരിയ അളവിൽ പ്ലാറ്റിനം, പലേഡിയം തുടങ്ങിയ അമൂല്യ ലോഹങ്ങ (Precious Metals)ളും അടങ്ങിയിട്ടുണ്ട്. 10,000°c യിൽ പ്ലാസ്മാ വാക്വം പ്രെഷർ കാസ്റ്റിങ് (Plasma Vaccum Pressure Casting) എന്ന നൂതന മാർഗ്ഗം ഉപയോഗിച്ചാണ് ഈ ലോഹസങ്കരം നിർമ്മിക്കുന്നത്.

നീല സ്വർണ്ണം (Blue Gold)

ഇൻഡിയം ചേർത്താണ് നീല സ്വർണ്ണം ഉണ്ടാക്കുന്നത്. പർപ്പിൾ ഗോൾഡ് നിർമ്മാണത്തിനുപയോഗിക്കുന്ന അതേ മാർഗ്ഗംതന്നെയാണ് ഇവിടെയും അവലംബിച്ചിരിക്കുന്നത്.

വെളുത്ത സ്വർണ്ണം (White Gold)

ശുദ്ധമായ സ്വർണ്ണം നിക്കൽ, മാംഗനീസ്, പലേഡിയം തുടങ്ങിയ ലോഹങ്ങളുമായി ചേർത്താണ് വെളുത്ത സ്വർണ്ണം നിർമ്മിക്കുന്നത്. ചേർക്കുന്ന ലോഹത്തിന്റെ സ്വഭാവവും നിറവും അനുസരിച്ച് ലോഹസങ്കരത്തിന്റെ നിറവും ദൃഢതയും വ്യത്യാസപ്പെടുന്നതാണ്. നിക്കൽ ചേർത്തു കിട്ടുന്ന സ്വർണ്ണം നല്ല കട്ടിയുള്ളതും ബലമുള്ളതും ആണ്. മോതിരം, പിന്ന് തുടങ്ങിയവയുടെ നിർമ്മാണത്തിന് ഇത് ഉത്തമമാണ്. പലേഡിയം ചേർത്തുണ്ടാക്കുന്നത് മൃദുത്വമുള്ളതാകയാൽ രത്നക്കല്ലുകൾ പതിച്ചുള്ള ആഭരണങ്ങൾ നിർമ്മിക്കാൻ ഉപയോഗിക്കുന്നു. ഒന്നിൽ കൂടുതൽ ലോഹങ്ങൾ ചേർത്തും വെളുത്ത സ്വർണ്ണം നിർമ്മിക്കുന്നുണ്ട്.

കറുത്ത സ്വർണ്ണം (Black Gold)

ആധുനിക നിർമ്മാണ രീതികൾ ഉപയോഗിച്ച് ബ്രൗൺ തുടങ്ങി കറുപ്പുവരെ വിവിധ വർണ്ണങ്ങളിൽ ആഭരണങ്ങൾ നിർമ്മിച്ചു വരുന്നുണ്ട്. റോഡിയം (Rhodium), റുഥീനിയം (Ruthenium) തുടങ്ങിയ ലോഹങ്ങളോ കരി (amorphous carbon)യോ ഉപയോഗിച്ചാണ് കറുത്ത സ്വർണ്ണം നിർമ്മിക്കുന്നത്. ക്രോമിയം, കൊബാൾട്ട് എന്നിവ ചേർന്നുള്ള സ്വർണ്ണത്തിന്റെ ഓക്സീകരണം നടത്തിയും ചെമ്പു ചേർന്ന ലോഹസങ്കരം പൊട്ടാസ്യം സൾഫൈഡുമായി പ്രതിപ്രവർത്തിപ്പിച്ചും വിവിധ ഷേയ്ഡുകളിൽ സ്വർണ്ണം ഉണ്ടാക്കുന്നുണ്ട്. അടുത്തകാലത്തായി ലേസർ ഉപയോഗിച്ചുള്ള നിർമ്മാണരീതിയും നടപ്പാക്കിയിട്ടുണ്ട്.

111. തനി ശുദ്ധമായ സ്വർണ്ണം ആഭരണനിർമ്മാണത്തിന് ഉപയോഗിക്കാറില്ല. എന്താണ് ഇതിനു കാരണം? 916 സ്വർണ്ണം എന്നാൽ എന്ത്?

ശുദ്ധമായ സ്വർണ്ണം മൃദുവായ ഒരു ലോഹം ആണ്. ആകൃതിയിൽ മാറ്റം സംഭവിക്കുമെന്നതിനാൽ ആഭരണ നിർമ്മാണത്തിന് ഉപയോഗി

ക്കുന്നില്ല. മറ്റു ലോഹങ്ങളുമായി ചേർന്നുള്ള ലോഹസങ്കരത്തിന് ആവശ്യത്തിന് ദൃഢത കിട്ടുന്നതാണ്. സാധാരണയായി ചെമ്പ് ചേർന്നുള്ള സങ്കരമാണ് ആഭരണം ഉണ്ടാക്കാൻ ഉപയോഗിക്കുന്നത്.

സ്വർണ്ണത്തിന്റെ പരിശുദ്ധി അളക്കുന്ന അളവുകോലാണ് കാരറ്റ്. നൂറുശതമാനം ശുദ്ധമായ സ്വർണ്ണം 24 കാരറ്റ് ആണ്. 22 കാരറ്റ് എന്നാൽ അതിൽ 2 ഭാഗം ചെമ്പ് അടങ്ങിയിട്ടുണ്ട് എന്നാണ്. അതുപോലെ 18 കാരറ്റിൽ ആറുഭാഗം ചെമ്പ് ആയിരിക്കും. 22 കാരറ്റിൽ അടങ്ങിയിട്ടുള്ള സ്വർണ്ണത്തിന്റെ അളവ് 91.67 ശതമാണം ആണ്, 18 കാരറ്റിൽ ഇത് 75 ശതമാനവും. 916 സ്വർണ്ണം എന്നു പറയുന്നത് 22 കാരറ്റ് സ്വർണ്ണം ആണ്.

112. B I S ഹാൾമാർക്കു ചെയ്യുന്നതെന്തിനാണ്?

ബ്യൂറോ ഓഫ് ഇന്ത്യൻ സ്റ്റാൻഡേർഡി (Bureau of Indian Standards) ന്റെ ആദ്യക്ഷരങ്ങൾ ചേർന്നതാണ് BIS എന്ന ചുരുക്കപ്പേര്. സാധനങ്ങളുടെ ഗുണനിലവാരം ഉറപ്പുവരുത്തുന്നതിനായി ഏർപ്പെടുത്തിയിട്ടുള്ള ഒരു സംവിധാനമാണിത്. ഉപഭോക്താവിന് വാങ്ങുന്ന സാധനങ്ങളുടെ ഗുണം, സുരക്ഷിതത്വം, വിശ്വാസ്യത എന്നിവ ഉറപ്പുവരുത്തുന്ന ആധികാരികമായ രേഖയാണിത്. ഹാൾമാർക്കു ചെയ്യാൻ ചുമതലപ്പെടുത്തിയിട്ടുള്ള പ്രത്യേക ഏജൻസിയുടെ സർട്ടിഫിക്കറ്റു ലഭിച്ചതിനു ശേഷം മാത്രമേ ആഭരണങ്ങൾ വില്പനയ്ക്ക് വയ്ക്കാവൂ എന്ന് നിബന്ധന ഉണ്ട്. ദേശീയ അന്തർദ്ദേശീയ തലങ്ങളിൽ ഗുണനിലവാരം ഉറപ്പുവരുത്തുന്ന പ്രത്യേക അടയാളം ഓരോന്നിലും രേഖപ്പെടുത്തുന്നു. B I S അടയാളം കൂടാതെ എത്ര കാരറ്റ് ആണ് ഉപയോഗിച്ചിരിക്കുന്നത്, നിർമ്മിച്ച വർഷം, വില്പന നടത്തുന്ന സ്ഥാപനത്തിന്റെ പേര് ഇവയെല്ലാം പ്രത്യേകകോഡുഭാഷയിൽ രേഖപ്പെടുത്തേണ്ടതാണ്. ഉപഭോക്താവിന്റെ താല്പര്യങ്ങൾ സംരക്ഷിക്കപ്പെടുന്നതിനു വേണ്ടിയുള്ള ഒരു ഉറപ്പാണ് ഇതുകൊണ്ട് ഉദ്ദേശിക്കുന്നത്.

113. 'അക്വാറീജിയ' എന്നാൽ എന്ത്?

ഗാഢനൈട്രിക് ആസിഡും ഗാഢഹൈഡ്രോക്ലോറിക് ആസിഡും 1:3 എന്ന അനുപാതത്തിൽ ചേർത്ത് ഉണ്ടാക്കുന്ന മിശ്രിതമാണ് അക്വാറീജിയ. അമൂല്യലോഹങ്ങളെ ലയിപ്പിക്കാൻ കഴിവുള്ളതായതിനാലാണ് ഇതിന് 'രാജകീയലായകം' എന്ന അർത്ഥത്തിൽ അക്വാറീജിയ എന്ന പേര് നല്കിയിരിക്കുന്നത്.

സ്വർണ്ണം, പ്ലാറ്റിനം തുടങ്ങിയ അമൂല്യലോഹങ്ങൾ മറ്റു ലോഹങ്ങളെപ്പോലെ ജലത്തിലോ സാധാരണ അമ്ലങ്ങളിലോ ലയിക്കുന്നില്ല. എന്നാൽ ഇവ അക്വാറീജിയയിൽ ലയിക്കുന്നതാണ്. ഉപ്പ്, പഞ്ചസാര തുടങ്ങിയവ ജലത്തിൽ ലയിക്കുന്നതുപോലെയുള്ള ഒരു ഭൗതിക മാറ്റം അല്ല സംഭവിക്കുന്നത്. ഗാഢഅമ്ലങ്ങൾ ചേർത്ത് മിശ്രിതം ഉണ്ടാക്കു

മ്പോൾ നടക്കുന്ന രാസപ്രവർത്തനത്തിന്റെ ഫലമായി ഉണ്ടാകുന്ന 'നവജാതക്ലോറിൻ' (Nascent Chlorine) സാധാരണ ക്ലോറിനേക്കാൾ കൂടുതൽ പ്രവർത്തനക്ഷമത ഉള്ളതാണ്. ഇത് സ്വർണ്ണവുമായി പ്രതിപ്രവർത്തിച്ച് ക്ലോറൈഡ് ആയി മാറുന്നു. ഈ ലവണം വെള്ളത്തിൽ ലയിക്കുന്നതാകയാലാണ് സ്വർണ്ണം ലയിക്കുന്നത്. ഇവിടെ നടക്കുന്ന മാറ്റങ്ങൾ താഴെ കൊടുത്തിരിക്കുന്ന രാസവാക്യങ്ങൾ വിശദീകരിക്കുന്നു.

$HNO_3 + 3HCl \rightarrow 3Cl + NO + 2H_2O$

$Au + 3Cl \quad AuCl_3$

(Au-gold, $AuCl_3$-Auric Chloride)

114. വെള്ളികൊണ്ടുള്ള ആഭരണങ്ങൾ തുടർച്ചയായി ഉപയോഗിക്കുമ്പോൾ തിളക്കം നഷ്ടപ്പെട്ട് കറുപ്പുനിറം ആകുന്നു. എന്തുകൊണ്ട്?

ശുദ്ധമായ വെള്ളി നല്ല തിളക്കമുള്ള ലോഹം ആണ്. എന്നാൽ അന്തരീക്ഷവായുവിലെ സൾഫർ സംയുക്തങ്ങളുമായി പ്രതിപ്രവർത്തിച്ച് കറുപ്പു നിറത്തിലുള്ള സിൽവർസൾഫൈഡ് ഉണ്ടാകുന്നതിനാലാണ് ആഭരണങ്ങൾ തിളക്കം നഷ്ടപ്പെട്ട് കറുത്തു പോകുന്നത്. മനുഷ്യശരീരത്തിലെ വിയർപ്പിലും സൾഫർ അടങ്ങിയിട്ടുണ്ട്. അതുകൊണ്ടാണ് വെള്ളി ആഭരണങ്ങൾ തുടർച്ചയായി ഉപയോഗിക്കുമ്പോൾ അവയുടെ തിളക്കം നഷ്ടപ്പെടുന്നത്.

115. ചെമ്പു പാത്രങ്ങൾ ക്ലാവു പിടിച്ച് പച്ചനിറം ആകുന്നതെന്തുകൊണ്ട്?

ചുവപ്പുകലർന്ന തവിട്ടുനിറത്തിലുള്ള ലോഹം ആണ് ചെമ്പ്. ചെമ്പുപാത്രങ്ങളും മറ്റും കാലക്രമേണ അവയുടെ തവിട്ടുനിറം മാറി പച്ച നിറത്തിൽ ആകുന്നു. ഇതിനെ ആണ് നാം ക്ലാവുപിടിക്കുന്നു എന്നു സാധാരണ പറയാറുള്ളത്. ഇത് ഒരു രാസമാറ്റം ആണ്. അന്തരീക്ഷവായുവിലെ കാർബൺ ഡൈ ഓക്സൈഡും ജലവുമായി ചേർന്ന് ചെമ്പ് അതിന്റെ ക്ഷാരകാർബണേറ്റ് (basic carbonate) ആയി മാറ്റപ്പെടുന്നു. ഇത് പച്ചനിറത്തിലുള്ള രാസവസ്തു ആണ്. അതുകൊണ്ടാണ് ചെമ്പും ചെമ്പുചേർന്നുള്ള ലോഹസങ്കരങ്ങളും ഉപയോഗിച്ച് ഉണ്ടാക്കുന്ന പാത്രങ്ങൾക്ക് നിറംമാറ്റം സംഭവിക്കുന്നത്.

അമേരിക്കയിലെ പ്രസിദ്ധമായ ലിബർട്ടി സ്റ്റാച്യൂ ചെമ്പുതകിടുകൊണ്ടാണ് നിർമ്മിച്ചിട്ടുള്ളത്. ഇപ്പോൾ ഇത് പച്ചനിറത്തിൽ കാണപ്പെടുന്നതും ഇതേ കാരണത്താലാണ്.

Printed by Libri Plureos GmbH in Hamburg, Germany

9 789387 842595